OTHER POETRY

THƠ KHÁC

Khế Iêm

OTHER POETRY

THƠ KHÁC

A Bilingual Edition
Ấn Bản Song Ngữ

Translator DoVinh
Consulting Editor Richard H.Sindt

Nhà Xuất bản Văn Hóa Thông Tin
2013

OTHER POETRY

THƠ KHÁC

Thân tặng
Anh Billy
Dr. William B. Noseworthy

July 2020

THƯ CẢM TẠ

Tuyển lại một số bài thơ ở giai đoạn khởi đầu của thơ tân hình thức Việt mang ý nghĩa chuẩn bị cho dòng thơ này chuyển sang một thời kỳ mới. Sự chuẩn bị là cần thiết, vì những thế hệ sau, khi tiếp nhận thể thơ không vần của thơ tân hình thức Việt, nội dung và cách diễn đạt của họ đã hoàn toàn khác hẳn. Và như vậy, những bài thơ không gì khác hơn một món quà nhỏ gửi tới bạn đọc, các bạn trẻ, và những người bạn đã cùng tôi làm việc và quan tâm tới dòng thơ này như một lời cám ơn, nhà thơ và dịch giả DoVinh, nhà biên tập Richard H. Sindt, nhà thơ Stephen John Kalinich, nhà thơ và họa sĩ Alden Marin, Mr. Michael Estelle, nhà văn Phạm Kiều Tùng, họa sĩ Đinh Cường, Lê Thánh Thư, và Nguyễn Đại Giang, nhà thơ Nguyễn Đăng Thường, Đỗ Minh Tuấn và Hồ Đăng Thanh Ngọc.

ACKNOWLEDGMENT

Meaningfully selecting a number of poems from the first phase of Vietnamese New Formalism poetry prepares this form of poetry for a new period of changes. This preparation is necessary so the next generation can create their own styles and contents. As such, each poem in this collection is a small gift for readers, young poets, and old friends with whom we have collaborated and shared our enthusiasm and concern for this new form of poetry. We hereby gratefully acknowledge the contributions of poet and translator Do Vinh, editor Richard H. Sindt, poet Stephen John Kalinich, poet and artist Alden Marin, Mr. Michael Estelle, writers Phạm Kiều Tùng, Artists Đinh Cường, Lê Thánh Thư and Nguyễn Đại Giang, poets Nguyễn Đăng Thường, Đỗ Minh Tuấn and Hồ Đăng Thanh Ngọc.

CONTENTS

MỤC LỤC

Acknowledgment	9
Thư Cảm Tạ	*8*
Khe Iem's Selected Poems: An Introduction	17
Giới Thiệu Tuyển tập Thơ Khế Iêm	*16*
Frederick Feirstein	
Author's Notes	27
Ghi Chú của Tác Giả	*26*
New Formalism And A Story	33
Tân Hình Thức và Câu chuyện Kể	*32*
Boxes	35
Cái Hộp	*34*
Stairs	39
Bậc Thang	*38*
Chairs	41
Những Chiếc Ghế	*40*
Blank Verse	43
Bài Thơ Không Vần	*42*
The Dining Set	47
Bộ Bàn Ăn	*46*
Pages (From a Book)	49
Trang Sách	*48*

Life Story	53
Chuyện Đời Kể	*52*
A Saying	57
Câu Nói	*56*
Illusion	59
Ảo Tưởng	*58*
A Death On Television	61
Cái Chết Trên Truyền Hình	*60*
Refrigerators	65
Tủ Lạnh	*64*
The Black Cat	67
Con Mèo Đen	*66*
Between Who And Who	69
Giữa Ai và Ai	*68*
The Woman	71
Người Đàn Bà	*70*
A Cigarette	73
Điếu Thuốc Lá	*72*
The Story Of Your Life	75
Chuyện Đời Anh	*74*
The Afternoon	79
Buổi Chiều	*78*
The Morning	81
Buổi Sáng	*80*

Us	85
Chúng Ta	*84*
Dark-Skinned Girl	89
Cô Gái Da Đen	*88*
The Girl In The Mirror	93
Cô Gái Soi Gương	*92*
Suffering	95
Khổ Đau	*94*
A Row Of People	97
Một Hàng Người	*96*
Sadness	99
Nỗi Buồn	*98*
Tsunami	103
Tsunami	*102*
A Dead Bird	107
Con Chim Chết	*106*
On The Spur Of Moment	109
Tức Cảnh	*108*
A Drama	111
Vở Kịch	*110*
Thoughts	113
Ý Nghĩ	*112*
Talk	115
Nói	*114*

TV Script 121
TV Ký *120*

Phụ bản *Budweiser*

Readings Of "The Song Of A Warrior's Wife" 123
Đọc Chinh Phụ Ngâm

Quatrain 124
Tứ Tuyệt

Many Faces 125
Đa Bản Mặt

Negative 126
Âm Bản

The Poem Searches For The Poem 127
Bài Thơ Đi Tìm Bài Thơ

A Celebration of the Silence 130
by Stephen John Kalinich *131*
Ngợi Ca Sự Im Lặng

Vietnamese New formalism Poetry
by Alden Marin

Bud weis er – *drawing* 136
by Lê Thánh Thư

Bud weis er – *drawing* 137
by Đinh Cường

Khế lêm – *design*
by Nguyễn Đăng Thường

Bud weis er – *drawing* 138
by Nguyễn Đại Giang

Khế Iêm – *drawing* 139
by Đinh Cường

Khế Iêm – *drawing*
by Alden Marin

Introduction To Vietnamese New Formalism Poetry 142
Tân Hình Thức Nhắc Lại – 10 Năm *143*

Heaven and Earth Amidst Storms 164
Thuở Trời Đất Nổi Cơn Gió Bụi *165*

Review 182
Bình Luận *183*

Comments 192
Lời Bình *193*

Biography 196
Tiểu Sử *197*

Tiếng Hát Từ Cổ Xưa 218

Những Chiếc Ghế, *Kịch* 226

Giải Mã Thơ 239
Nỗi Khắc Khoải Thời Gian Và Ngôn Ngữ
Đỗ Minh Tuấn

Cover Art, *By Lê Thánh Thư*

BILINGUAL SECTIONS

PHẦN SONG NGỮ

GIỚI THIỆU TUYỂN TẬP THƠ KHẾ IÊM

Frederick Feirstein

Robert Frost có nói rằng đọc một bài thơ dịch giống như hôn một cô gái qua lớp vải của chiếc khăn tay. Điều khó khăn nhất, là không thể nghe được bài thơ bằng tiếng nước ngoài. Nhưng với bản dịch thì chúng ta có thể có được cấu trúc, hình tượng và vần luật của bài thơ, và tất cả những thứ này sẽ ban cho chúng ta một cảm nhận về điều mà nhà thơ đang nỗ lực để truyền đạt về mặt cảm xúc.

Đây chính là trường hợp của tác phẩm thơ của Khế Iêm. Thông qua Internet tôi đã nghe được vài bài thơ tiếng Việt của ông, khiến tôi cảm nhận được rằng thật đẹp làm sao những giai điệu gồm *bảy âm* của chúng. Điều thú vị là vần luật thơ ông gợi cho tôi nhớ lại những bài Kenneth Rexroth dịch thơ Trung quốc trong đó ông sử dụng những dòng thơ gồm bảy âm tiết với việc lặp lại của kĩ thuật gọi là trùng âm mà ông học hỏi được từ người Pháp. Tương tự vậy, Khế Iêm cũng sử dụng những dòng thơ gồm *5, 7, 8 âm tiết* có lặp lại những từ khóa đồng thời còn sử dụng kĩ thuật láy phụ âm (alliteration) cũng để lặp lại, vốn là những phương thức rất hữu hiệu trong thơ tiếng Anh Cổ đại (cũng là loại ngôn ngữ một âm tiết như tiếng Việt).

Những dòng thơ được giới hạn trong khoảng *5 tới 8* từ đơn tiết, mỗi khổ thơ gồm bốn dòng, có hoặc không có vắt dòng, điều này đôi khi tạo ra một đối âm giữa những mô hình đối xứng và không đối xứng. Việc sử dụng kĩ thuật vắt dòng cũng cho phép Khế

KHE IEM'S SELECTED POEMS: AN INTRODUCTION

Frederick Feirstein

Robert Frost said that reading a poem in translation is like kissing a girl through a handkerchief. What is most difficult is not being able to hear the poems in a foreign language. Yet in translation we can get the structure, imagery and meter of the poem, and these will give us a feeling of what the poet is trying to convey emotionally.

This is the case with Khe Iem's work. Via the Internet, I have heard a few poems of his poems in Vietnamese, which gives me some sense of how lovely are their *seven-tone* melodies. I wish I had a CD of many more. But what he is doing metrically becomes clear through translation. Interestingly enough, the meter reminds me of Kenneth Rexroth's translations from the Chinese in which he uses the seven- syllable line with the repetitive technique of assonance that he learned from the French. In Khe Iem's poetry he similarly uses *5, 7, 8 syllable* lines that repeat key words and uses alliteration also for repetition which is very effective in ways poems in Old English (also a monosyllabic language like Vietnamese) can be.

The lines are limited to *5-8* monosyllabic words in four-line stanzas with or without enjambment, which sometimes creates a counterpoint between symmetrical and asymmetrical patterns. The use of enjambment also allows Khe Iem to write

Iêm viết nên những bài thơ tự sự ngắn vốn phụ thuộc vào tính liên tục của tư duy và cảm nghĩ. Dòng chảy này được tuôn trào dễ dàng hơn nhờ cách diễn đạt thẳng thắn của ông, là cách diễn đạt mà Trường phái Tân Hình thức Mĩ coi là yếu tố quan trọng.

Khế Iêm thường đề cập tới tính khả tín và tính bất xác của người tường thuật, và tính khả tín của điều được tường thuật. Tỉ dụ ông kết thúc bài "Những Cái Hộp" theo cách này: "… Nhưng / tôi sắp nói những điều tôi đã / nói, mặc dù, thà có hơn không, đó / chẳng phải là những điều tôi muốn nói."

Trong bài "Những Chiếc Ghế", nhà thơ kể ra cho chúng ta biết rằng những chiếc ghế không là những gì, và là những gì, cho tới khi chúng ta làm mất đi cái từ "Những Chiếc Ghế" qua một nỗ lực nhằm tìm lại được cái thực tại cụ thể của từ đó. Khế Iêm đã thành tựu được điều này ở cuối bài thơ sau một cơn lốc những từ về những chiếc ghế: "… những / chiếc ghế không ở đâu xa, những / chiếc ghế ở ngoài mọi điều; những / chiếc ghế chỉ là chiếc ghế."

Tôi là một nhà phân tâm học và cũng là một nhà thơ, và tôi hiện đang chữa trị cho một nhà thơ trẻ, anh ta cố gắng biểu đạt cho tôi biết điều mà anh ta không thể biểu đạt bằng lời lẽ. Anh ta muốn biết liệu tôi có hiểu được loại trải nghiệm không lời lẽ của anh ta là như thế nào. Tôi đọc bài thơ "Những Chiếc Ghế"của Khế Iêm cho anh ta nghe, và anh ta nói ngay, "Đó chính là điều mà tôi cảm nhận." Sau đó chính anh ta bắt đầu mô phỏng bài thơ theo nhiều cách khác nhau.

Ba bài trong số những bài thơ hay nhất mà Khế Iêm sử dụng sự tương phản khả tín/vô khả tín (trong một tập thơ được chuẩn bị rất kĩ lưỡng) là "Bộ Bàn Ăn", "Trang Sách", và "Chuyện Đời Kể". Dù ông thăm dò tính không xác thực của thực tại, nơi mà ranh giới của thời gian và không gian bị xóa nhòa, nhưng ông trả lại cho chúng ta cái thực tại theo một cung cách gần như là Thiền, ở phần cuối những bài thơ này.

short narrative poems which depend on continuity of thought and feeling. This flow is made easier by the plain diction he uses which The New Formalism in America considers important.

Khe Iem often deals with the reliability and indefiniteness of the narrator and the reliability of what is being narrated. For instance, he ends "Boxes" this way: "… but i am about to / say, as i have said the things that i have / said, regardless, it is better to have / been than not to be, but those are not things / that i wish to say."

In "Chairs", the poet tells us what chairs are not and are until we lose the word "chairs" in an attempt to find its concrete reality. Khe Iem accomplishes this by the end of the poem after a whirlwind of words about chairs: "... chairs that / are not far away, chairs beyond / all things; chairs that are just / what they are chairs.

I am a psychoanalyst as well as a poet and am treating a young poet who was trying to express to me what he had no verbal expression for. He wanted to know if I understood what his wordless experience was like. I read "Chairs" to him, and he said, "That is exactly what I feel." He then proceeded to imitate the poem himself in various ways.

Three of Khe Iem's best poems using reliability / unreliability (in a carefully organized book) are "The Dining Set", "Pages (From A Book)" and "Life Story". Although he explores the uncertainty of reality where time and space lose their boundaries, he returns us to reality in almost a Zen-like way by the end of these poems.

Một trong những bài thơ cảm động nhất trong tuyển tập thơ này là bài tự sự "Cái Chết Trên Truyền Hình" trong đó "… Người đàn bà nhận ra cái chết của / con mình trên màn hình nhưng không tin / con mình đã chết, và dù rằng một / tin báo tiếp theo như cơn bão tiếp / theo về cái chết của đứa con, bà / vẫn không tin điều mình đã thấy."

Điều này là một trải nghiệm rất thường thấy nơi những người sống sót sau những cơn tâm chấn (chấn thương về tâm lí, tinh thần). Leon Klinghoffer, một người bạn của gia đình tôi, là một trong những nạn nhân người phương Tây đầu tiên của phong trào khủng bố đương đại, được dư luận biết tới khá rộng khắp. Ông đã bị bắn bỏ khi đang ngồi trên xe lăn và xác bị ném qua mạn tàu, chiếc tuần dương hạm Achille Lauro [*]. Khi người ta phỏng vấn vợ ông, bà Marilyn, về sự cố này, bà đã trả lời rằng bà có cảm giác đó là chuyện không có thực khi bà chứng kiến sự việc trên truyền hình, rằng trong một thoáng bà cảm thấy là mình vừa coi một sô diễn trên màn ảnh truyền hình.

Trải nghiệm này một phần do kết quả của sự xóa nhòa những ranh giới [giữa hư và thực] trong thời đại bị bão hòa về những phương tiện thông tin đại chúng của chúng ta. Đây là chủ đề trung tâm trong tác phẩm của Khế Iêm, được thể hiện nghiêm túc và đôi khi thậm chí còn là hài hước như trong bài thơ của ông về lon bia Budweiser sặc mùi thương mại, nhằm minh họa những nỗ lực của những nhà quảng cáo muốn bước hẳn vào cõi vô thức của chúng ta.

Khế Iêm là một trong những người lãnh đạo phong trào văn học của chính ông, trong phong trào đó có một số nhà thơ có tác phẩm được ông tuyển tập [**] đã đi theo phong cách của ông và tuân thủ những phương thức qua đó ông nhận thức về sự tương phản giữa thực tại và phi thực tại. Phong trào có tên là Thơ Tân Hình Thức Việt — tính tân kì một phần do việc sử dụng cách diễn đạt thông tục phối hợp với kĩ thuật vắt dòng hoặc dứt dòng của thơ không vần. Ông nêu dẫn nguồn gốc của thuật ngữ này từ một tên gọi được dùng để chỉ một khía cạnh của loại Thơ Chan Hòa

One of the most moving poems in the book is a narrative, "A Death On Television", in which "The woman sees the death of her own son / on the screen but does not believe that her / son is dead, and even though the news came like / a storm about the death of her son, she / does not believe what she saw ..."

This is all too common an experience for the survivors of trauma. Leon Klinghoffer, a family friend, was one of the first public, Western victims of contemporary terrorism. He was thrown off the cruise ship the Achille Lauro in a wheelchair. When his wife Marilyn was interviewed about it, she said she had such a sense of unreality when she watched the event on television that she momentarily felt she just was watching a television show.

This experience partly is the result of the blurring of boundaries in our media-saturated age. It is a central theme in Khe Iem's work done seriously and sometimes even comedically, as in his poem about a Budweiser beer commercial, which illustrates the attempts of advertisers to enter our unconscious.

Khe Iem is one of the leaders of his own literary movement in which several poets whose work he anthologizes* follow his style and the ways he perceives reality / unreality. The movement is called Vietnamese New Formalism – the newness partly being the use of colloquial diction in combination with enjambed or end-stopped blank verse. He traces the origin of the term to a name given to an aspect of Expansive Poetry, the movement Frederick Turner and I

(Expansive Poetry), là phong trào mà Frederick Turner và tôi khởi xướng nhằm mở lối thoát cho thơ Mĩ thuở đó bị hạn chế trong khuôn khổ thơ tự do trữ tình nặng tính chất tự thú. Như tôi đã chỉ ra trong bài tiểu luận của tôi, "After The Revisionists" (Sau Những Nhà Thơ Xét Lại), rằng Thơ Tân Hình Thức chẳng có gì là mới mẻ, rằng nó chỉ là sự trở về với một truyền thống đã bị chối bỏ bởi một số những nhà Hiện đại và Hậu hiện đại. Khế Iêm cũng đã nhìn rõ điểm này. Tôi đã không chỉ từ bỏ những gì mà những nhà mô phỏng của chúng ta đã thể hiện khá kì quặc về mặt hình thức, mà còn nhấn mạnh rằng Thơ Chan Hòa (Expansive Poetry) chỉ là một phong trào văn học có sử tính, như những phong trào Hiện đại và Hậu hiện đại. Tôi trông chờ ở Khế Iêm, như một nhà thơ đầy tính sáng tạo độc đáo, sẽ có thể tìm ra một phương thức biểu đạt mới, và có lẽ sẽ mở rộng những gì mà ông và những người đi theo ông đang thể hiện. Về phần tôi, tôi mong mỏi được thấy, nếu như điều tôi muốn thấy thì chưa từng hiện hữu, là sẽ có nhiều bài thơ tự sự rất dài mà thể loại này cho phép thể hiện. Xin đơn cử một tỉ dụ, là Turner đã hoàn tất ba bài thơ tự sự có độ dài của một cuốn sách.

Tôi rất quan tâm tới những gì mà phong trào của Khế Iêm thực hiện, không chỉ trong thơ ông, mà còn được minh thị trong văn xuôi. Trong bài tiểu luận của ông, "Giới Thiệu Thơ Tân Hình Thức Việt", ông đã xác định rõ ràng những đặc tính chủ yếu của phong trào của ông. Ông cũng đã nhấn mạnh vào một trong những mục tiêu rộng lớn hơn của phong trào khi nói rằng "Mục đích của thơ Tân Hình Thức là muốn đưa thơ Việt bước ra ngoài thế giới, nên mới chú tâm vào dịch thuật, để tìm kiếm người đọc khác ngôn ngữ và văn hoá."

Từ những gì tôi đọc được nơi Khế Iêm và nơi bản dịch những tác phẩm của những người liên kết với ông, thì với tôi, chừng như Khế Iêm đã thành tựu được điều vừa nói trên. Ông có tờ tạp chí Thơ của chính ông và ông có dịch một số tác phẩm của chúng tôi sang tiếng Việt. Ông đã trích dẫn câu sau đây trong một bức thư đăng trên trang web www.thotanhinhthuc.org : "Hãy started to open up American poetry, then restricted to the free-verse confessional lyric. As I have pointed out in my essay "After The Revisionists", there was nothing new about The New Formalism, that it simply was a return to a tradition discarded by several of the Modernists and Postmodernists. Khe Iem sees this clearly as well. I have not only disavowed what our imitators have made quaintly formal but have emphasized that Expansive Poetry is simply one historical literary movement like Modernism and Postmodernism. I expect that Khe Iem, being such an original poet, might find yet another new way to articulate and perhaps expand what he and his followers have been doing. Personally, I would like to see, if they already doesn't exist, very long narratives which the form allows for. Turner, for instance, has written three book-length narratives.

I am very interested in what Khe Iem's movement not only is doing in his poems but is explicitly stating in prose. In his "Introduction to Vietnamese New Formalism Poetry", he has defined clearly the main characteristics of his movement. He also emphasizes one of its broader goals in saying: "The purpose of New Formalism poetry is to propel Vietnamese poetry onto the international stage. That is why translation is emphasized to seek readers from different languages and cultures."

From what I have read of his work and the translation of his allies, Khe Iem seems to me to be accomplishing that. He has his own press and is translating some of our work into Vietnamese. He quotes a letter from the website www.thotanhinhthuc.

đến với chúng tôi, nơi chốn nhỏ bé và ấm cúng này của thơ, để nâng ly rượu mừng trong ngày họp mặt." Và thế là tôi đã nâng cao chiếc ly của tôi, và tôi xin có lời chúc mừng tác phẩm tuyệt vời của ông, cùng những tuyển tập và những tiểu luận của ông.

Phạm Kiều Tùng chuyển dịch

Chú thích

[*] Leon Klinghoffer [1916-1985] một thương gia Mĩ về hưu, phải ngồi xe lăn. Năm 1985 ông cùng bà vợ đi trên chiếc tuần dương hạm Achille Lauro để kỉ niệm lễ kết hôn lần thứ 36 của hai vợ chồng. Không may cho họ, là tuần dương hạm này bị nhóm khủng bố của Mặt trận Giải phóng Palestine PLF khống chế, đưa yêu sách đòi nhà nước Israel phải trả tự do cho 50 người Palestine đang bị nhà nước Israel cầm tù. Yêu sách không được đáp ứng, lập tức nhóm khủng bố lựa ra một người gốc Do Thái, là Leon Klinghoffer, bắn vào trán và vào ngực ông, khi ông đang ngồi trên xe lăn, rồi ném xác ông qua mạn tàu.

[**] "Thơ Không Vần", Blank Verse, Tan Hinh Thuc Publishing club, 2006, gồm 64 tác giả. Và "Thơ Kể", Poetry Narrates, Nxb Lao Động, Việt nam và Tan Hinh Thuc Publishing club, 2010, gồm 21 tác giả.

org that says: “Come join us in this small, yet warm corner of poetry. Let us raise a glass and toast each other in this meeting of minds.” And so my glass is raised and I congratulate Khe Iem on his excellent book, his anthologies, and essays.

Footnotes

* “Blank Verse”, Tan Hinh Thuc Publishing club 2006, 64 Vietnamese poets. And “Poetry Narrates”, Lao Động Publisher, Viet nam and Tan Hinh Thuc Publishing club 2010, 21 Vietnamese poets.

GHI CHÚ CỦA TÁC GIẢ

Đây là tập thơ đầu tiên của tôi được dịch qua tiếng Anh, sau hai tập thơ vần điệu (Thanh Xuân) và tự do (Dấu Quê), và là một giai đọan thơ hòan tòan khác biệt. Tôi luôn luôn sáng tác bằng tiếng Việt, một ngôn ngữ giúp tôi thể hiện nhuần nhuyễn hồn thơ và nghệ thuật thơ, vì đó là ngôn ngữ tôi yêu mến, và là ngôn ngữ mẹ đẻ của tôi. Nhưng là một người di dân đến Mỹ, tôi cũng yêu mến miền đất mới của tôi. Và đó là những động lực thúc đẩy tôi làm việc, giới thiệu với bạn đọc Việt, những nhà thơ tiền phong và những phong trào tiền phong Mỹ, đồng thời tìm một phương cách sáng tác mới, dễ dàng trong dịch thuật, giới thiệu thơ Việt một cách hiệu quả đến với người đọc Mỹ. Phương cách đó tôi đã nhắc tới nhiều lần, và để hòan thiện, tôi cũng đã giới thiệu đến người đọc Việt lý thuyết Hỗn Mang và hình học Fractal, áp dụng Hiệu Ứng Cánh Bướm, sự phản hồi và lập lại, vào thơ để có được nhịp điệu tự nhiên. Dĩ nhiên, để có những sáng tác như ý, chúng ta cần phải có thời gian rất dài để thực hành.

Nhìn lại thơ Mỹ, từ thời hiện đại, từ Ezra Pound, T. S. Eliot, William Carlos William … nửa đầu thế kỷ 20, cho đến nửa sau thế kỷ từ Charles Olson tới phong trào tiền phong Thơ Ngôn Ngữ (L=a=n=g=u=a=g=e Poetry), thập niên 80, mà Paul Hoover gọi là Thơ Hậu hiện đại Mỹ, tôi hòan tòan kích động với phong trào thơ Tân Hình Thức (sau này là thơ Mở Rộng), và phong trào Thơ Trình diễn (Slam Poetry), xuất hiện sau đó và nở rộ vào những thập niên 1990.

AUTHOR'S NOTES

This is my first collection of poetry translated into English. I had previously published two collections of poetry, *Thanh Xuan* (rhyming) and *Dau Que* (free verse), in Vietnamese only. This new collection has an entirely different style. I have always composed in Vietnamese, a language that permits me to express the art and spirit of poetry – it is a language that I love, and my mother tongue. However, as an immigrant to America, I also love my new-found land. And that is my motivation to labor: to introduce American poets and avant guard movements to my Vietnamese readers, to seek new compositions that can easily allow translations, and to effectively introduce Vietnamese poetry to American readers. I have previously written of these techniques and have refined them. I have introduced Vietnamese readers to the theories of Chaos, Fractal Geometry, and the application of Butterfly Effect, feedback and iteration, in that poetry which imbues natural rhythm. Of course, in order to produce works of quality to our satisfaction, a long period of time is required.

Let us look back on American poetry in modern times, from Ezra Pound, T.S. Eliot, William Carlos Williams, and e.e. cummings at the first half of the 20th century, then the later half, with Charles Olson until the avant guard poetry movement of L=a=n=g=u=a=g=e Poetry in the 1980s, which Paul Hoover calls the post-modern American poetry. But I was excited about the New Formalism, Expansive poetry and Slam poetry coming next, and peaking in the 1990s.

Lý do là thơ Mở Rộng, đã hồi phục thơ thể luật, cân bằng với sự ưu thế của thơ tư do. Hơn nữa thơ Mở Rộng và thơ Trình diễn, sử dụng ngôn ngữ thông tục, đưa thơ Mỹ ra khỏi ảnh hưởng hàn lâm, đến với mọi người, là chức năng đích thực của thơ. Điều này chẳng khác gì thơ Việt, từ cổ điển tới hiện đại, thơ chính yếu, chỉ phục vụ cho giới cung đình và tầng lớp trí thức. Đó là một cuộc cách mạng thực sự để bước qua thế kỷ mới. Thơ bây giờ không còn quan trọng và ảnh hưởng như những thế kỷ trước, vì nền văn minh điện tóan đã làm cho đời sống con người bận tâm tới nhiều điều khác. Nhưng có điều trái ngược, là tại sao ở mọi nơi, mọi lúc, người làm thơ lại nhiều gấp bội? Tôi cho rằng, thơ vẫn còn sức mạnh tiềm tàng và không hề suy giảm, có khi còn tăng lên, vì thơ có khả năng đưa con người trở về với đời sống thực, cân bằng với đời sống ảo của internet.

Trở lại với tập thơ, có những bài thơ như “Đọc Chinh Phụ Ngâm”, chúng tôi cần có bài viết đi kèm để bạn đọc hiểu rõ bài thơ hơn. Có những sáng tác không thể dịch ra tiếng Anh, vì cái hay của nó nằm trong ngôn ngữ Việt như bài thơ “Tiếng Hát Từ Cổ Xưa”, vở kịch “Những Chiếc Ghế”, bài viết về tiến trình thơ tôi của nhà thơ và nhà phê bình Đỗ Minh Tuấn. Tập thơ có được sự giới thiệu của nhà thơ Frederick Feirstein, là điều tôi hân hạnh và biết ơn, vì những thành quả nhỏ nhoi ấy của chúng tôi đã được biết đến. Nhưng những thành quả nhỏ nhoi ấy lại là do công sức của rất nhiều người, những dịch giả, những nhà thơ tham gia sáng tác thể lọai thơ này, và xa hơn, những bạn đọc, nhà thơ, nhà phê bình, dịch giả cả trong lẫn ngòai nước đã cộng tác nhiệt tình với *Tạp chí Thơ* trong suốt 10 năm (1994-2004). Nhân đây, tôi xin gửi lời đa tạ.

Expansive Poetry has revived poetic forms to balance the dominance of free verse poetry. Furthermore, Expansive Poetry and Slam Poetry utilize common language and thus has freed American poetry from academia in order to communicate the poetic expression to a wider, more general audience. This development is similar to Vietnamese poetry from classical to modern times; its main function was to serve the nobility and intelligentsia. Thus a revolution was required in order to usher in a new century. Poetry today no longer has the important effects of past centuries because information technology has captured the time and attention of the public with many other things. However, it is ironic that poets have sprung up in abundance everywhere and at all times. I believe that poetry's hidden potentials have not subsided, but have actually increased because poetry has the ability to bring people back to the realities of life, and to balance out the illusory existence of cyberspace created by the Internet.

Regarding this collection of poetry, there are poems, like "Readings Of The Song Of A Warrior's Wife", which require an accompanying essay in order for the reader to better understand the poems. Some composition could not be translated into English because its essence is grounded in the Vietnamese language, such as the poem "Tiếng Hát Từ Cổ Xưa", the drama "Chairs", an essay about my poetic developments by the literary critic Do Minh Tuan. This collection of poetry is introduced by Frederick Feirstein, to whom I am grateful and honored. It is these small accomplishments that have given us the much needed exposure. These achievements have been the contributions of many: writers, authors, translators and poets who composed in this new form and beyond; also the readers, critics and essayists who collaborated with The Journal of Poetry (*Tap Chi Tho*) throughout its 10 years of existence (from 1994 to 2004). I beg your indulgence to allow me to collectively thank you all.

Tôi cũng xin đa tạ những nhà biên tập Dr. Carol Compton, Angela Saunders, Richard H. Sindt, những nhà thơ Mỹ Alden Marin, Frederick Feirstein, Frederick Turner, Michael Lee Johnson, Rick Stansberger, Stephen John Kalinich, Tom Riordan, những nhà thơ Anh James Murphy, Paul Henry, và nhà thơ Úc Phillip A. Ellis đã cộng tác và giúp đỡ tôi rất nhiều trong những công việc kể trên.

I am also indebted to and grateful for the contributions of editors Dr. Carol Compton, Angel Saunders, Richard H. Sindt; American poets Alden Marin, Frederick Feirstein, Frederick Turner, Michael Lee Johnson, Rick Stansberger, Stephen John Kalinich, Tom Riordan; English poets James Murphy, Paul Henry, and Australian poet Phillip A. Ellis for their collaborations which have assisted me tremendously.

TÂN HÌNH THỨC
VÀ CÂU CHUYỆN KỂ

Khi tôi ngồi uống cà phê ngoài lề
đường và kể lại câu chuyện đã được
kể lại, từ nhiều đời mà đời nào
cũng giống đời nào, mà lời nào cũng

giống lời nào, về người đàn bà và
đàn con nheo nhóc (nơi góc phố được
gọi là chỗ chết, nơi góc phố được
gọi là chỗ sống), kẻ những đường kẻ

bằng than đen; gãy góc, xấu xí như
cái bóng trong tấm hình cũ, như dĩ
nhiên hôm nay ngày mai ngày mốt, như
thế thôi thì thế thôi, biết đâu chừng

nhưng người đàn bà và đàn con nheo
nhóc, vẫn kể lại câu chuyện đã được
kể lại, như người khác đã từng kể
lại, dù chẳng để lại gì ngoài câu

chuyện đã kể, bởi câu chuyện đang tự
kể lại, và không ai, ngay cả người
đàn bà và đàn con nheo nhóc, bước
ra ngoài câu chuyện đã được kể lại.

NEW FORMALISM
AND A STORY

While I sit sipping my coffee
on the curbside and telling my
story passed down the generations
telling a story like the story

told by every generation,
about a woman and her sorry
brood (on a corner of a city
known as the place of death, on a

corner known as the place of life),
drawn in by dark lines of charcoal;
broken curves, ugly shadows of
old photographs, like today and

tomorrow and the day after
tomorrow, and that's about it,
who knows if the woman and her
sorry brood, still telling the story

that has been told by so many
others, nothing different from
the story, the story that tells
itself, even though there is no-

thing beside the story that tells
itself, including the woman
and her sorry brood, stepping out-
side of the story being told.

CÁI HỘP

Những rác rưởi ở ngoài lề đường, những
giẻ rách ở ngoài lề đường, những cái
hộp phế thải ở ngoài lề đường, đó
là điều không thể chối cãi, đó là

điều không thể hồ nghi; nhưng tôi sắp
nói những điều tôi sẽ nói, như tôi
cứ nói những điều tôi đã nói, rằng
tôi chật chội, chật chội trong cái hộp

phế thải, như tôi chật chội, chật chội
ở ngoài lề đường; mà tôi không thể
nào bước ra ngoài cái hộp, và cái
hộp cũng không thể nào bước ra ngoài

tôi; những cái hộp đựng giày dép cũ,
những cái hộp đựng quần áo cũ, những
cái hộp toàn đồ lạc xon, những cái
hộp vất vưởng, những cái tôi vất vưởng;

những cái hộp kể chuyện đời cũ, những
cái tôi lập lại, kể chuyện đời cũ,
những hình ảnh cứ thế, hiện ra rồi
biến mất, những thực tại cứ thế, hiện

ra rồi biến mất, những tai ương cứ
thế, những hạnh phúc cứ thế, những thuở
nào cứ thế, và cứ thế, cứ thế,
cứ thế; những cái hộp bằng cát tông,

BOXES

The trash upon the streets, the rags upon
the streets, the thrown-away boxes upon
the streets, that cannot be argued with; and
i am about to say the things that i

am about to say but i keep saying
the things that i have said, that i am crowded
in a thrown-away box, as i am crowded
upon the streets; unable to step outside

of the box, just as the box is unable
to step beyond me; like the boxes that
hold old shoes the boxes that hold old clothes,
the boxes filled with vanity items,

the boxes lost and confused, as i am
lost and confused; boxes telling old stories,
boxes repeating themselves, retelling
old stories, such images, appearing then

disappearing, such realities, appearing
then disappearing, such unfortunate
events, such unhappiness, such pasts, and
as such, as such, as such; carton boxes,

giấy dầu, nhựa dẻo, những cái tôi bằng
cát tông, giấy dầu, nhựa dẻo, như rác
rưởi, giẻ rách ở ngoài lề đường, tan
tác như thế, lôi thôi như thế; nhưng

tôi sắp nói những điều tôi sẽ nói,
như tôi cứ nói những điều tôi đã
nói, mặc dù, thà có hơn không, đó
chẳng phải là những điều tôi muốn nói.

plastic wraps, soft nylon, personas of cartons,
of plastic wraps, of soft nylon like trash,
like rags upon the streets, scattered as such,
miserable as such; but i am about

to say the things that i am about to
say, as i have said the things that i have
said, regardless, it is better to have
been than not to be, but those are not things

that i wish to say.

BẬC THANG

Gửi Lê Minh Phong

Những bậc thang nối với nhiều tầng
lầu, những bậc thang dẫn tới nhiều
đường tầu, những bậc thang và những
bước chân; những bước chân trong tôi

có ngón giao chỉ, từ phố phường
đi ra biển đông; những bước chân
trong tôi rướm đời du mục, dù
rằng tôi chưa bao giờ sống đời

du mục; điều này ám chỉ rằng
tôi là mảnh vỡ tí ti của
quá khứ, bị cánh bướm đập, văng
ra thành kẻ lưu cư nơi miền

đất lạ; không khác nào những bậc
thang và những bước chân, tái hiện
rồi tái hiện, rơi trong hỗn mang;
bởi chẳng phải là những bậc thang

vẫn nối với nhiều tầng lầu, những
bậc thang vẫn dẫn tới nhiều đường
tầu, và những bước chân trong tôi
vẫn còn đang vang lên thanh âm

quyến rũ dị kỳ; thật ra, tôi
không muốn nói hơn một ly những
gì tôi nói – những bước chân và
những bậc thang đến đây là hết.

STAIRS

For Lê Minh Phong

Stairs connecting many floors, stairs leading
to many ports, stairs and footsteps; footsteps
within me some pigeon-toed, from the city
to the open sea; footsteps within me

bleeding a lifetime of nomadic
wandering, though I have never lived
the life of a nomad; this is to
allude to the fact that i am a

fragment of the past, crushed by butterfly
wings, cast away to become exiled in
strange lands; no different from the stairs
and the footsteps, appearing and then

reappearing, fallen into chaos; because
it isn't the stairs connecting many
floors, stairs leading to many ports, and
footsteps within me still echoing sounds

drawing me eerily closer in fact;
I do not wish to speak an iota
more of what I am speaking, the footsteps
and the stairs are coming to a close here.

CHIẾC GHẾ

Gửi nhà văn & nhà phê bình Văn Giá

Những chiếc ghế không cùng một màu,
những chiếc ghế không dùng để ngồi,
những chữ ghế, không phải là ghế;
những chiếc ghế có thể sờ được,

những chiếc ghế có thể gọi tên,
những chiếc ghế đúng ghế, không phải
là ghế; những chiếc ghế không bao
giờ vẽ được, những chiếc ghế không

bao giờ nói được, những chiếc ghế
không bao giờ có được, bởi những
chiếc ghế không bao giờ biến dạng,
những chiếc ghế không bao giờ mất

đi, những chiếc ghế không hiện diện;
những chiếc ghế, ôi chao, chỉ là
nó đó; những chiếc ghế, ôi chao,
không cùng một màu, những chiếc ghế,

ôi chao, không dùng để ngồi; những
chiếc ghế không ở đâu xa, những
chiếc ghế ở ngoài mọi điều; những
chiếc ghế chỉ là chiếc ghế.

CHAIRS

For writer & critic Văn Giá

Chairs not of the same colors,
chairs not used for sitting,
the words for chairs, not chairs; chairs
that can be touched, chairs that can

be called names, chairs that are
indeed chairs, that are not chairs;
chairs that can never be drawn,
chairs that can never speak, chairs

that can never be had,
because they are chairs that
never change their form, chairs that
can never be misplaced or

lost, chairs that are not present;
chairs, alas, that is what they
are indeed chairs, alas, not
of the same colors, chairs, alas

not used for sitting; chairs that
are not far away, chairs beyond
all things; chairs that are just
what they are chairs.

BÀI THƠ KHÔNG VẦN

Để tưởng nhớ nhà văn Hoàng Ngọc Tuấn (1947-2005)

Anh đến với tôi mỗi ngày thứ sáu,
như mỗi ngày đều là ngày thứ sáu,
còn những ngày khác anh đến với các
bạn khác, như mỗi bạn khác mỗi ngày

là mỗi ngày khác, cho đến một ngày
bất ngờ tôi biến mất, như mỗi ngày
thứ sáu biến mất vào mỗi ngày khác,
như mỗi đời người biến mất vào chỗ

đời khác, tôi biến mất khỏi anh, anh
biến mất khỏi tôi, vì tôi bị cuốn
theo cuộc đời lưu lạc, còn anh mãi
mãi đơn độc, mãi mãi không nhà, mãi

mãi ở lại, và tôi không biết nơi
nào anh trú ngụ vào mỗi ngày thứ
sáu, cho đến hôm nay bất ngờ anh
biến mất, anh biến mất khỏi anh, anh

biến mất khỏi tôi như mỗi chúng ta
là một tình cờ, như mỗi con đường
là một ngõ qua, tạm thời là thế,
có gì hay ho, có gì đáng nói

nơi cái chỗ ở là trần gian này,
chỉ có điều đáng nói là những gì
anh còn để lại, "Cô bé treo mùng",
"Hình như là tình yêu", "Thư về đường

BLANK VERSE

In memory of writer Hoàng Ngọc Tuấn (1947-2005)

You came to see me every Friday
as if everyday was a Friday and
on other days you went to other friends
as if for other friends everyday

was another day, until one day I
suddenly disappeared, likc cvcry
Friday disappeared into another
day, like one life disappearing

into another life, I disappeared
from you, you disappeared from me because
I was swept up into a life of exile,
and you were forever lonely, forever

homeless, forever remaining, and I
did not know where you lived on every
Friday, until today when you suddenly
disappeared, you disappeared from yourself,

you disappeared from me as if we are
both coincidental, like every road
is a passage, temporary as such,
nothing interesting, nothing worth

talking about in this world, there is only
what you leave behind that is worth talking
about. "The Hammock-Hanging Girl",
"Maybe It's Love", "Letters to the Chrysanthemum

Sơn cúc"... giống như những bài thơ không
vần, vì ngay cuộc đời anh cũng là
cuộc đời không vần, không vần gì cả
với những cuộc đời chung quanh, nên anh

cứ mãi lãng du, cuộc lãng du bất
tận kéo dài về nơi gió cát, còn
tôi thì cũng cứ mãi lãng du, nhưng
là cuộc lãng du giữa cuộc đời bình

thường và rất đỗi tầm thường, chưa biết
đến bao giờ mới xong, chưa biết đến
bao giờ mới hết. Nhưng bây giờ chúng
ta có thể nói câu giã từ thứ

sáu, và giã từ nhau, vì từ lâu
lắm rồi chẳng còn ngày nào là ngày
thứ sáu, của anh và tôi, và từ
đó đến nay anh và tôi cũng chưa

một lần gặp lại. Thôi, chúc anh an
giấc.

Chú thích

Nhà văn Hoàng Ngọc Tuấn sinh năm 1947 tại Thừa thiên, Huế, mất lúc 2 giờ 50 ngày 9 tháng 7 – 2005 tại Sài Gòn, tác giả các tập truyện ngắn dành cho tuổi mới lớn: "Hình như là tình yêu", Cô bé treo mùng", "Ở một nơi ai cũng quen nhau", Hôn lễ", "Thư về đường Sơn cúc".

Mountain Road"... Like blank verses, like your life
because it is also without rhyme, no
rhyme at all with life all about, thus, you
are forever a wanderer, a never

ending wandering towards wind and sand,
while I am also a wanderer, but
wandering through a normal life, very
ordinary, not knowing when I will

be finished, when I will be done. But now
we can say goodbye to Fridays, and say
goodbye to each other, because it has
been a long time since there was not any day

that was Friday, your's and mine, and since then
you and I have not once met. Anyway,
let me wish you a peaceful rest.

Footnotes

The writer Hoàng Ngọc Tuấn was born in 1947 in Thừa Thiên, Huế and died July 9, 2005 in Sàigòn. He was the author of several short stories written for teenagers: "Maybe It's Love", "The Hammock-Hanging Girl", "A Place Where Everyone Knows Each Other", "The Wedding", and "Letters to the Chrysanthemum Mountain Road".

BỘ BÀN ĂN

Bộ bàn ăn chiếm một khoảng không
gồm một cái bàn và bốn chiếc
ghế khung sắt trắng sát mảng tường
trắng có bức tranh treo mặt bàn

tròn mica nâu viền nâu da
ghế nâu bộ bàn ăn rẻ tiền
được mua từ một garage sale
và người bán garage sale lại

mua từ một garage sale khác
dùng qua bán lại vừa bán vừa
cho; bộ bàn ăn xuất thân không
đâu câm nín thuộc thế giới đồ

vật chiếm cứ một khoảng không không
có gì đáng nói nhưng vẫn đáng
nói làm cho khoảng không có thực
bức tranh có thực bình hoa có

thực hư ảo có thực bộ bàn
ăn chỉ với một cái bàn và
bốn chiếc ghế vốn dĩ xưa kia
đến từ một garage sale.

THE DINING SET

The dining set takes up an empty space,
including a table and four chairs, white
metal, next to a white wall with a hanging
painting; the face of the table is a brown

circular formica, the leather of
the chair is brown; it is a cheap dining
set, bought from a garage sale, and the person
who sold it at a garage sale had bought

it from another garage sale, used it
and resold it, selling it and giving
it away at the same time; the dining
set had no origin, mute, belonging

to the world of things, to take up an empty
space, nothing worth talking about, just to
realize the true existence of space,
the true existence of the painting,

the true existence of the flower vase,
abstractly existing. The dining set
including a table and four chairs, once
upon a time, came from a garage sale.

TRANG SÁCH

Gửi nhà thơ Hồ Đăng Thanh Ngọc

Chàng bước ra khỏi trang
sách nghe thì thầm lời
kể về những mối tình
từ *Thằng Gù Nhà Thờ*
Đức Bà tới *Liêu Trai*
tới "hiện thực huyền ảo"
(Trăm Năm Cô Đơn) hàng
ngàn hàng vạn mối tình
và hình như toàn là
những chuyện bịa đặt bịa
đặt như thật và chàng
sau khi bước ra khỏi
trang sách chàng cũng không
còn là chàng chàng là
chàng bịa đặt chàng không
phải chàng bây giờ không
phải chàng trước kia chàng
là chàng nhưng tại sao
người ta vẫn say mê
những điều bịa đặt và
không tin những điều có
thật như chàng vẫn tin
chàng là chàng và không
tin chàng không phải là
chàng có điều là không
có điều nào có thật
là thật nên những điều
bịa đặt được coi như
là thật dầu gì chăng
nữa thì chàng đã bước
ra khỏi trang sách mà

PAGES (FROM A BOOK)

For poet Hồ Đăng Thanh Ngọc

He steps out from pages of
whispered tales of love stories
from *The Hunchback*
of Notre Dame to the
Strange Tales of Liaozhai to
the "magical realism" *(One*
Hundred Years of Solitude)
thousands and tens of thousands
of love stories and all as
fictitious as reality and
after he had stepped out from
the pages he is no longer
himself and he is a fictitious
character he is no longer
himself now no longer the
person he was he is himself
but why is it that people
are still crazy about fiction
unbelieving of that which
is real but he still believes
that he is himself and not
believing that he is not
himself although neither is
real and thus that which is fictitious
is considered to be real
after all he had stepped out

trang sách lại không thể
bước ra khỏi chàng, như
vậy những câu chuyện kể
bây giờ đang ở trong
chàng hay ngoài chàng và
chàng kể câu chuyện hay
câu chuyện kể chàng cũng
có khi chàng đang kể
chàng và câu chuyện đang
kể câu chuyện hoặc câu
chuyện chỉ là câu chuyện
và chàng chỉ là chàng
vân vân và vân vân
cho đến khi cả câu
chuyện và chàng đều chỉ
là những điều bịa đặt
bịa đặt như thật.

Chú thích

1. "Thằng Gù Nhà Thờ Đức Bà" là tiểu thuyết của nhà văn Pháp, Victor Hugo (1802-1885).

2. "Liêu Trai Chí Dị" là tiểu thuyết của nhà văn Trung Hoa, Bồ Tùng Linh (1640-1715).

3. Hiện thực huyền ảo là kỹ thuật tiểu thuyết của nhà văn Colombia, Gabriel Garcia Marquez.

of the pages but the pages
had not stepped out of him
so that these stories are now
within him or without him
and he tells about stories
or the stories are telling
about him and then there are
times when he is telling about
himself and the stories are
telling about themselves or
the stories are just stories
and hc is just himself
etcetera etcetera until both
he and the stories are fictitious
as fictitious as reality.

Footnotes

1. The Hunchback of Notre Dame is a novel by French writer Victor Hugo (1802-1885).

2. Strange Tales of Liaozhai is a novel by Chinese writer Pu Songling (1640-1715).

3. Magical Realism is the technique that Gabriel Garcia Marquez (born in Aracatara, Colombia, in March 1928) uses in his novels and short stories.

CHUYỆN ĐỜI KỂ

Vâng ông ấy đi đâu mất cách đây
đã hai mươi năm không một lời từ
biệt và tôi không hiểu chuyện gì đã
xảy ra ông ấy vẫn thường ngồi trên

chiếc ghế ngay bên cạnh chiếc ghế tôi
đang ngồi đã hai mươi năm và có
thể trước đó nữa vì tôi chỉ phát
hiện ra điều này khi những lời tôi

nói dội ngược trở về với chính tôi
tôi không hiểu chuyện gì đã xảy ra
tôi lặng thinh đã hai mươi năm mọi
chuyện khác đều bình thường sinh hoạt cũng

bình thường người đàn bà nói; nhưng tôi
vẫn ngồi đây trên chiếc ghế ngay cạnh
chiếc ghế bà ấy đang ngồi đã bao
lâu thì tôi không còn nhớ có thể

đã trên hai mươi năm chỉ có điều
tôi không còn nghe bà ấy nói dù
rằng tôi vẫn biết bà ấy đang nói
vì đôi môi mấp máy mấp máy vậy

thôi chứ âm thanh thì hoàn toàn không
có và tôi vẫn ngồi đây có thể
là bà ấy không còn nhìn thấy tôi
như tôi không còn nghe được tiếng bà

LIFE STORY

Yes he has departed this place some
Twenty years ago without saying
As single word of goodbye and I do
Not understand what happened he

Usually sits on this chair next to the
Chair that I am sitting on twenty
Years and perhaps even before that
Because I had just discovered this

When what I said echoed back to me
I do not understand what has happened
I have remained silent for twenty years
Now everything else remained normal

Activities normal, the woman said; but
I remain sitting on this chair next to the
Chair that she is sitting on for however
Long I no longer remember perhaps

Over twenty years only I don't hear
Her anymore although I know that
She still speaks because I see her lips
Moving just flapping up and down

But there is absolutely no sound, and
I am still sitting here and perhaps she
Doesn't see me anymore just as I can
No longer hear her voice if she speaks

ấy nói nhưng tôi vẫn ngồi đây đã
hai mươi năm cứ cho là như thế
vì thời gian co lại nên có cảm
tưởng như mới ngày hôm qua mọi chuyện

khác đều bình thường sinh hoạt cũng bình
thường người đàn ông nói; và câu chuyện
cứ tiếp tục như thế người đàn bà
không nhìn thấy người đàn ông và người

đàn ông cũng không nghe được tiếng nói
của người đàn bà dù hai người vẫn
ngồi đó trên hai chiếc ghế kế nhau
như hai chiếc bóng đã hai mươi năm

mọi chuyện khác đều bình thường sinh hoạt
cũng bình thường đã hai mươi năm trôi
qua vì thời gian co lại nên có
cảm tưởng như mới ngày hôm qua.

But I have been sitting here for
Twenty years let's just assume that's so
But because time has curled up so we feel
Like it's just yesterday, everything else

Is normal, activities normal, the man
Said; and the story continues as such
The woman doesn't see the man and
The man doesn't hear the woman

Although they are both sitting there
On the chairs next to each other
Like two shadows next to each other
And it has been some twenty years

Everything else is normal, activities
Normal twenty years has come to pass,
But because time has curled up so we feel
Like it's just yesterday.

CÂU NÓI

"Tôi bước ra cửa lúc năm giờ" nhưng
bước ra cửa là ra cửa nào và
lúc năm giờ là lúc nào cùng hàng
loạt những câu hỏi không bao giờ có

câu trả lời cho rốt ráo bởi câu
nói "Tôi bước ra cửa lúc năm giờ"
là câu nói rơi ra từ một câu
chuyện kể nào đó đã tan biến trong

mớ âm thanh hỗn độn ngoài đường phố
giữa cuộc đời thường và không ai lần
ra được dấu vết mặc dù ai cũng
có thể nhét nó vào bất cứ câu

chuyện nào khác và dĩ nhiên bất cứ
câu chuyện nào khác không hẳn là câu
chuyện đúng thực của câu nói "Tôi bước
ra cửa lúc năm giờ" vậy thì câu

chuyện đằng sau cái câu nói tầm thường
như bao nhiêu câu nói tầm thường khác
ấy mãi mãi là điều bí mật dù
rằng câu nói vẫn truyền từ người này

qua người khác trong đám đông vô danh
mang theo câu chuyện không bao giờ đúng
thực của câu nói "Tôi bước ra cửa
lúc năm giờ". Thôi, tôi đi nhé! Chào.

A SAYING

"I stepped out my door at five" but which of
the doors and what of the hour, five, and a
bunch of other questions that should never
be answered to an end, because "I stepped

out my door at five" is a saying that
came from a story that has since
disappeared like so much noise in the city,
like so many daily lives, even though

anybody can stuff it into any
other story and any other story
is not necessary the same story
whence came the saying "I stepped out

my door at five"; so what is the story
behind that ordinary saying that's
like every other saying that's
secret even though a saying is still

handed down from person to person and to
a yet unknown crowd, to spread the untrue
story of the saying "I stepped out
my door at five". I go! Bye.

ẢNH ẢO

Người đàn ông hai mươi năm sau nói
với người đàn ông hai mươi năm trước
rằng, trên băng ghế này, dưới bầu trời
này, đã hai mươi năm, mà vở tuồng

vẫn chưa được viết, và đêm kịch vẫn
chưa mở ra, những thùng rác vẫn chứa
rác và không chứa gì khác, những bước
chân lê trên lề đường, giấc ngủ trên

hè phố, những khớp xương đau, những khớp
xương đau, đã hai mươi năm; người đàn
ông hai mươi năm sau, kéo áo che
cái rét của đất ẩm, đo bằng gang

tay giữa đôi mắt cú vọ và lồng
ngực đồi trụy, vớ lấy mớ bản thảo
xé nát rồi ráp lại, để tìm nơi
kẽ rách, lũ ký ức ôn dịch; nhưng

người đàn ông hai mươi năm trước, không
nghe, không thấy được gì từ người đàn
ông hai mươi năm sau, cứ lầm lũi,
lầm lũi, lầm lũi, tựa bóng ma, và

chẳng hề hay biết, người đàn ông hai
mươi năm trước cũng là người đàn ông
hai mươi năm sau, đang đợi nhau đợi
nhau, đợi nhau, như cái sống đợi cái

chết, ròng rã, đã hai mươi năm, dù
vở tuồng vẫn chưa được viết, và đêm
kịch vẫn chưa mở ra, những thùng rác
vẫn chứa rác và không chứa gì khác.

ILLUSION

A man twenty years late speaks to
the man twenty years early that on this
bench, under this sky, almost twenty years
that the drama not been written yet, and

the nighttime play did not start yet, the trash can
contains trash but nothing else, and there
are the heavy footsteps in the streets and
sleeplessness in the town, the muscle sprains

and fractured spines, for twenty years; the man
twenty years late pulls a coat over to
shield the cold from earth, measured by hand between
the evil eyes and decadent breasts, groping

for scripts torn and then glued together in
stupid memories; but the man twenty
years early is not listening, not seeing anything
in the man twenty years late,

he still walks lonely, lonely like a ghost and
never knows that the man twenty years early
is the same man twenty years late, waiting
for each other as if the life waits for

the death, almost twenty years, that
the drama not been written yet, and the
nighttime play did not start yet, the trash can
contains trast but nothing else.

CÁI CHẾT TRÊN TRUYỀN HÌNH

AP. – BÀ ROSA GONZALEZ THẤY XÁC CON XUẤT HIỆN TRÊN TRUYỀN HÌNH Ả RẬP AL JAZEERA VÀO SÁNG CHỦ NHẬT, VÀ HÔM SAU NHẬN ĐƯỢC GIẤY BÁO CON BÀ TỬ TRẬN. HẠ SĨ JORGE A. GONZALEZ, 20 TUỔI, TIỂU ĐOÀN 1 TRUNG ĐOÀN 2 PHÁO BINH, LỮ ĐOÀN THỦY QUÂN LỤC CHIẾN VIỄN CHINH HOA KỲ, CAMP LEJEUNE, NORTH CAROLINA, CÓ VỢ JUZTY, 25 TUỔI, VÀ ĐỨA CON TRAI ALONSO, CHÀO ĐỜI NGÀY 4 THÁNG 3 NĂM 2003, VÀI TUẦN TRƯỚC KHI ANH LÊN ĐƯỜNG SANG CHIẾN TRƯỜNG TRUNG ĐÔNG. BẢN TIN CHẤM DỨT. CHẤM DỨT. IM LẶNG. KHÔNG THỂ IM
LẶNG. VÀ BÀI THƠ,
ĐỌC ĐỀU ĐỀU
NHƯ MỘT
BÀI
KINH
CẦU …

Người đàn bà nhận ra cái chết của
con mình trên màn hình nhưng không tin
con mình đã chết, và dù rằng một
tin báo tiếp theo như cơn bão tiếp

theo về cái chết của đứa con, bà
vẫn không tin điều mình đã thấy; không
ai nhận được tin báo và nhìn ra
cái chết của con bà và cũng không

ai thấu được nỗi đau ngay cả chính
bà vì đó chỉ là cái chết dở
dang trên màn hình và trong tin báo,
và nỗi đau chỉ là nỗi đau dở

A DEATH ON TELEVISION

AP. – MRS. ROSA GONZALEZ SAW HER SON'S BODY ON THE ARAB NEWS-CHANNEL AL-JAZEERA ON SUNDAY MORNING, AND THE NEXT DAY SHE WAS NOTIFIED THAT HER SON HAD BEEN KILLED IN ACTION. "I SAID POOR, POOR BOYS. THEY FELL THERE. BUT WHEN I SAW THE FACE, IT WAS THAT OF MY SON," CPL. JORGE A. GONZALEZ, 20 YEARS OLD, WAS ASSIGNED TO THE 1ST BATTALION, 2ND MARINE REGIMENT, 2ND MARINE EXPEDITIONARY BRIGADE, IN CAMP LEJEUNE, NORTH CAROLINA. MARRIED TO JUZTY, 25 YEARS OLD; HIS SON ALONSO, WAS BORN MARCH 4, 2003, SEVERAL WEEKS BEFORE HE WAS DEPLOYED FOR COMBAT IN THE MIDDLE EAST. END OF NEWS FLASH. END. THE END. SILENCE.
CAN NOT BE SILENT.
AND A POEM, READ
RYTHMICALLY,
LIKE A
PRAYER ...

The woman sees the death of her own son
on the screen but does not believe that her
son is dead, and even though the news came like
a storm about the death of her son, she

does not believe what she saw; no one received
the news and recognized the death of her
son and she also could not understand
even her own pain because that is only

dang; như vậy câu chuyện hư thực về
đứa con của thời chinh chiến cứ tiếp
tục được kể đi kể lại không bao
giờ chấm dứt như nỗi đau không bao

giờ chấm dứt trong lòng bà; con của
bà đã chết hay chưa chết, không ai
có thể biết được gì đằng sau cái
chết của người lính trẻ có người vợ

và đứa con sơ sinh, khi lớn lên
không thấy cha đâu ngoại trừ lá thư
còn lưu lại "Và nếu con có thể
chờ, chỉ ít lâu thôi, cha sẽ trở

về …"; "cha sẽ trở về …" không ai hiểu
được gì ngoài người đàn bà đang ngậm
nỗi đau chờ đợi một cái chết khác,
của chính mình, để mong gặp lại đứa

con đã quên mất con đường trở về,
và bà cũng dần dần quên mất, đã
hơn một lần bà không tin điều mình
đã thấy về cái chết của đứa con.

Ngày 27 tháng 3 năm 2003

a partial death on the screen and in the
news, and the pain is only a partial
pain; the story both real and unreal
about a son in times of war continues

to be told without ever quitting like
the pain shivering in her heart; her son
dead or alive, no one could know what is
behind the death of a young soldier leaving

a wife and a newborn child growing up
without a father other than a letter remaining
"And if you can wait just a little longer,
I'll be there as soon as the war ends."

"I'll be there …" no one could understand
except the woman swallowing her pain
waiting another death of her own in
order to be with the son losing the

way home, and her memories fading for
more than once she does not believe what
she saw – the death of her son.

March 27–2003.

TỦ LẠNH

Những cái tủ lạnh cho không ở ngoài
lề đường, những cái tủ lạnh được quảng
cáo, những cái tủ lạnh điện lạnh, những
cái tủ lạnh có tôi và không tôi; nhưng

tôi đã làm gì cho cái tủ lạnh,
và đừng hỏi cái tủ lạnh đã làm
gì cho tôi, bởi cái tủ lạnh là
mã số của tôi, cái tủ lạnh là

tôi và tôi là cái tủ lạnh; rồi
sao, những cái tủ lạnh đóng mở, những
cái tôi đóng mở, những cái tủ lạnh
khó thấy ở ngoài lề đường, những cái

tôi dễ thấy ở ngoài lề đường, những
cái tủ lạnh được quảng cáo, những cái
tôi ngược lại, cấm quảng cáo, những cái
tủ lạnh điện lạnh, những cái tôi điện

lạnh. Hãy hỏi cái tủ lạnh, tôi là
ai? Và đừng bao giờ hỏi tôi về
cái tủ lạnh. "Tôi tiêu thụ!
Vì thế tôi hiện hữu."*

---

* Nhái theo câu nói: "I think! Therefore I am." (Tôi tư duy! Tôi tồn tại), René Descartes. Mua hàng theo giá nào, cho biết người mua thuộc thành phần nào.

REFRIGERATORS

Refrigerators are for free on the
streets, refrigerators advertised,
these cold, cold refrigerators, refrigerators
that possess me and did not possess me;

but what I have done for these refrigerators
and never ask what these refrigerators
have done for me, because the refrigerators
are my code number, the refrigerators

are me and i am the refrigerators;
so what, what about refrigerators
that open and close, what about the selves
that open and close, these refrigerators

are difficult to see on the streets, these
selves are easy to see on the streets,
these refrigerators are advertised,
these selves, on the contrary, are forbidden

to be advertised, these cold, cold refrigerators,
these cold, cold selves. Please ask these refrigerators,
who am i? And never ask me about
these refrigerators. "I consume! Therefore

I am."*

---

*imitation of the saying: "I think, therefore I am." René Descartes.

CON MÈO ĐEN

Con mèo đen có linh hồn và chiếc
xương sườn của tôi, mỗi buổi sáng thức
dậy không bao giờ rửa mặt, mỗi buổi
sáng thức dậy không bao giờ đánh răng;

con mèo đen có đôi mắt bằng đất
sét, mở ra và nhắm lại, hay cứ
mở ra và không bao giờ nhắm lại,
trong lúc lên thang xuống thang, mang theo

linh hồn và chiếc xương sườn của tôi,
mà quên rằng, tôi đã sống những ngày
hôn ám biết bao, tự thuở nào và
tại sao thì tôi đành chôn kín, trong

cái túi đựng đầy những đoạn chú thích,
được lượm lặt từ rất nhiều mẩu chuyện,
để cấu thành câu chuyện về con mèo
đen, mang linh hồn và chiếc xương sườn

của tôi; dĩ nhiên, đó là con mèo
đen có đôi mắt bằng đất sét, chứ
không phải bất cứ đôi mắt nào khác;
mù đặc, trong lúc lên thang xuống thang.

Ghi chú

"Con Mèo Đen" là một trong ba bài thơ hay nhất trong tháng 12 năm 2007 của Diễn đàn thơ Mỹ (xem tại website: Poetry.about (http://poetry.about.com)

THE BLACK CAT

The black cat with my soul and a piece of
my rib, wakes up every morning not
washing its face, every morning not
brushing its teeth; the black cat with clay-like

eyes, opening and closing, or open-
ing and never closing, as it climbs up
and down the stairs, dragging with it my soul
and a piece of my rib, forgetting that

i had lived much darker days, since when and
why it was i had buried them in my
pocket full of notes gathered from
many different tales, strung together

to make up this story about the black
cat with my soul and a piece of my rib;
of course, that is the black cat with clay-like
eyes, not any other kind of eyes; even

as the black cat climbs up and down the stairs.

Note

"The Black Cat" is one of three very fine poems in the December 2007 edition of Poetry.about Forum (http://poetry.about.com).

GIỮA AI VÀ AI

Thật ra thật ra thật ra tôi không
biết bắt đầu như thế nào, từ khi
nhận ra khoảng cách giữa chiếc ghế không
ai ngồi và chiếc ghế tôi đang ngồi,

mà chiếc ghế không ai ngồi, tôi cũng
đã từng ngồi và chiếc ghế tôi đang
ngồi, có lúc tôi đã không ngồi, vậy
thì khoảng cách giữa chiếc ghế không ai

ngồi và chiếc ghế tôi đang ngồi, chẳng
đáng bận tâm, huống chi ngay tôi, tôi
cũng không biết tôi có không hay tôi
không có, tôi ngồi không hay tôi không

ngồi; tôi nói thứ tiếng gì trong cùng
một lúc và trong cùng lúc ấy, đôi
khi gặp toàn tai bay vạ gió và
tại sao tôi cứ nói nhiều thứ tiếng

trong cùng một lúc, với toàn tai bay
vạ gió mà không dám trục xuất hết
chúng ra khỏi con người tôi, nhưng đó
là chuyện sau rốt, tôi sẽ kể nốt;

ngay bây giờ, tôi vẫn chưa biết bắt
đầu như thế nào, bắt đầu như thế
nào; đợi đấy, một lát nữa thôi; phải
gom cho đủ lời đã chứ, đúng không!

BETWEEN WHO AND WHO

The truth is, the truth is, the truth
is i don't know how to begin,
since i acknowledged the space be–
tween the unoccupied chair and

the chair i am sitting in, but
i had sat in the unoccu–
pied chair before, and the chair that
i am sitting in, i also

had sat in, so the space between
the unoccupied chair and the
chair i am sitting in shouldn't
occupy my mind at all, such

as myself, i don't even know
if i exist or not, if i
am sitting or i am not sit–
ting; what i am saying and at

the same time, sometimes when i meet
with bad winds and why i am just
saying a bunch of things at the
same time, but that's the conclusion,

i will tell everything; right now,
i still don't know how to begin,
how to begin; let's wait a few
moments to catch enough words, right!

NGƯỜI ĐÀN BÀ

Người đàn bà ngủ với người đàn ông
không phải chồng của mình, trong căn phòng
không phải căn phòng của mình, với cái
tôi không phải cái tôi của mình, vào

buổi tối không giống buổi tối nào (vào
buổi tối không khác buổi tối nào), giữa
nhà ga đầy muỗi mòng và nước đái
ngựa, nhai lại bất cứ thứ gì có

thể nhai lại, bôi xóa bất cứ thứ
gì có thể bôi xóa, ném vào đống
đồ đạc cũ, mảnh báo cũ, kể về
nỗi nhọc nhằn đồi trụy; xỏ chân vào

đôi guốc mộc, và bước qua ngưỡng cửa,
để đi tìm người chồng nơi những người
đàn ông không phải chồng của mình. Biết
thế thì. Thôi thế thì. Người đàn bà

đánh mất quá khứ, hay quá khứ đã
tàn phai, thất thiệt, từ hàng trăm năm
trước, rằng đã có một thời, đã có,
"một thời áo trắng xa xôi". Người đàn

bà quay gót, trở về căn phòng không
phải căn phòng của mình, với cái tôi
không phải cái tôi của mình, dửng dưng,
như sự thật chẳng bao giờ có thật.

"Một thời áo trắng ...": Lời nhạc của Trầm Tử Thiêng.

THE WOMAN

The woman sleeps with a man who is not
her husband, in a room that isn't her
room, with herself that isn't herself, in
an evening that is unlike any

other (like any other evening),
in a station full of mosquitoes and
horse piss, regurgitating whatever
can be regurgitated, erasing

whatever can be erased, throwing the scrap
of old newspaper into a pile of
trash, telling a depraved and tired story;
stepping into wooden heels, lifting past

the threshold, to find the man who isn't
her husband. That's a given. So let it
be. The woman who's lost her past, or her
past has faded, unreal, a hundred years

gone past, once upon a time, once upon
"a white-shirted time long ago"*. The woman
spins on her heels, goes back to the room that
isn't her room, with herself that isn't

herself, apathetically, such as
the truth was never true.

"A white-shirted time long ago ..." quoted from a song by Tram Tu Thieng

ĐIẾU THUỐC LÁ

Tôi đứng dưới mái hiên nhìn lơ
đãng người đàn ông tồi tàn sặc
mùi rượu đi ngang qua (rồi quay
lại) xin điếu thuốc lá điếu thuốc

lá dĩ nhiên điếu thuốc lá chẳng
lẽ tôi không có một điếu thuốc
lá bởi vì nhiều lần trong đời
trắng tay tôi đã không có cả

một điếu thuốc lá điếu thuốc lá
rẻ mạt không đáng gì một thời
tôi đã từng không có cái không
đáng gì – xin lỗi xin lỗi – nhưng

người đàn ông tồi tàn sặc mùi
rượu đã bỏ đi (rồi quay lại)
đưa cho tôi một điếu thuốc lá
điếu thuốc lá không đáng gì và

bây giờ tôi vẫn không có cả
cái không đáng gì – cảm ơn cảm
ơn – người đàn ông tồi tàn sặc
mùi rượu và điếu thuốc lá tầm

thường như thế ngạc nhiên như thế
tràn đầy trong đời sống chung quanh
tôi và tôi cũng tầm thường như
thế ngạc nhiên như thế dưới mái

hiên này tôi là ai tôi là
ai, ừ, tôi là ai nhỉ.

A CIGARETTE

I stand under the porch, glancing
at the derelict man, stinking
of alcohol, walking back (and
forth) begging for a cigarette;

of course, it's just a cigarette,
how could i not have one, but there
has been many times in my life,
when i did not have even one

cigarette; one cheap cigarette
not worth anything, one time i
did not have even that which isn't
worth anything – i'm sorry – but

the derelict man, stinking of
alcohol had gone (then came back),
handing me a cigarette, a
cigarette not worth anything

and now i still don't have even
that which isn't worth anything –
thank you – thank you, to the dere–
lict man stinking of alcohol

and for the cigarette, simple as
that, strange as that, floating every–
where around us, around me, and
i'm simple as that, strange as that

under this porch; who am i, who
am i, oh, ah yes, i am who.

CHUYỆN ĐỜI ANH

Gửi một nhà thơ

Những cái chết chưa bao
giờ có thật những cái
chết chưa bao giờ xảy
ra như chúng ta sinh

ra không căn không cội
và đến đây từ nơi
hỗn mang dừng lại giây
lâu bởi sống chết lâu

nay chỉ là câu chuyện
được kể lại kể lại
kể lại tình cờ và
chẳng qua mọi câu chuyện

chỉ mới trong vài giây
lâu mọi câu chuyện đã
cũ sau vài giây lâu
mọi chuyện kể kể xong

là xong mọi chuyện kể
kể xong trở về nơi
đã kể để những chuyện
kể khác kể lại những

chuyện chưa kể như cuộc
sống lặp lại lặp lại
mà chưa một lần có
thật vì chúng ta chỉ

THE STORY OF YOUR LIFE

For a poet

Deaths that have never been real
deaths they have never occurred
like we have been born without
origin and arrived here

from the chaos momentarily
stopped because life and death
have been a story retold
incidentally retold and

is nothing more than a story
that within a few moments
has become old and after
a few moments the story

has been told and it is over
after it is told returning
to the teller so that other
stories like those have not been

told about life repeated
that have never been real
because we only exist
temporarily in a

vật vờ trong đời có
vài giây lâu rồi trở
về nơi nào từ đó
chúng ta đến đây những

cái chết chưa bao giờ
có thật và anh chỉ
mới dừng lại trong vài
giây lâu. Cám ơn anh

đã đến với đời và
kể xong câu chuyện đời
anh.

life's few moments and then
return somewhere from where we
came deaths that have never
been real and you have just

momentarily stopped
a few moments. Thank you for
coming into life and for
telling the story of your life.

BUỔI CHIỀU

Hoặc tôi đi trong buổi chiều tan
trong buổi chiều lúc đó tôi không
còn là tôi tôi là buổi chiều
hoặc đứng nhìn buổi chiều trong đôi

mắt buổi chiều đi trong tôi dĩ
nhiên buổi chiều không tan trong tôi
như khi tôi tan trong buổi chiều
buổi chiều vẫn là buổi chiều và

tôi vẫn là tôi nhưng khi buổi
chiều bị tù túng mãi trong tôi
buổi chiều biến thành nỗi buồn của
tôi buổi chiều là tôi chẳng phải

tôi vẫn cảm thấy buồn buồn vào
mỗi buổi chiều đó sao như vậy
hoặc tôi đi trong buổi chiều hoặc
buổi chiều đi trong tôi thì cũng

chẳng có gì khác nhau chẳng qua
là khi thì tôi là buổi chiều
khi thì buổi chiều là tôi thế
thôi và để giải quyết cho rốt
ráo chuyện mập mờ này chỉ còn

cách đóng lại buổi chiều trong tôi
và ngoài tôi bằng cách ở miết
trong phòng đóng cửa lại.

THE AFTERNOON

Or I walk in the afternoon, faded
into the afternoon, when I am no
longer myself, I am the afternoon,
or I stand to look at the afternoon

with eyes, the afternoon in me, of course
the afternoon does not fade in me as
I fade in the afternoon, the afternoon
remains the afternoon, and I remain

myself, but when the afternoon is trapped
in me, the afternoon becomes my sadness,
the afternoon becomes me, but it isn't
me that feels the sadness in these afternoons,

as such or I am walking in the
afternoon, or the afternoon walks in
me, there really isn't any difference,
other than that sometimes I am the

afternoon, and sometimes the afternoon
is me that is all, and so in order
to solve this confusion once and for all,
the only way is to close the afternoon

in me and beyond me, by remaining
in a room behind a closed door.

BUỔI SÁNG

Tôi ra vào buổi sáng
cũng như buổi sáng đi
ra vào tôi nhưng làm
sao buổi sáng đi ra

vào tôi còn tôi dĩ
nhiên lúc nào cũng có
thể ra vào buổi sáng
điều này giải thích được

là vì trong tôi không
có tôi nên buổi sáng
có thể đi ra vào
tôi như gió vào nhà

trống vả chăng nếu bạn
đọc muốn chắc ăn xem
có đúng như thế hay
không thì cứ thử lấy

tôi và buổi sáng ra
khỏi bài thơ đi bài
thơ sẽ không có gì
trong đó tuyệt đối không

có gì như thế chẳng
lẽ bài thơ không còn
là bài thơ bởi tôi
không còn là tôi và

THE MORNING

I exit and enter the morning
like the morning exit and enter
into me, but how can the morning
exit and enter into me, as

for myself of course I always have
a way to exit and enter
the morning, this can be explained
because I am not within myself,

therefore the morning can exit
and enter me, like a wind into
an empty house, and if you
the reader wish to be sure if

this is indeed the case or not, then
just take me and the morning out of
this poem, then the poem will have nothing
left in it, absolutely nothing,

so that it is as if the poem is
no longer a poem, because it is
no longer me, and the morning is
no longer the morning, but it is

buổi sáng không còn là
buổi sáng nhưng không phải
đâu dầu gì thì bạn
đọc cũng đã đọc bài

thơ nên chuyện lấy ra
thật ra chỉ có nghĩa
là làm không cái có
nơi chính mình và bài

thơ không có gì trong
đó mới là bài thơ
hay nhất từ trước đến
nay phải không theo tôi.

not so, for no matter what the
reader had already read the poem,
and so this story, really only
means to make nothing out of what

is something within yourself, and
a poem that has nothing in it is
what makes it the best poem ever,
isn't it so according to me.

CHÚNG TA

Mỗi chúng ta nhìn chúng
ta khác như chúng ta
hôm nay nhìn chúng ta
hôm qua chúng ta bây

giờ nhìn chúng ta ngày
sau chúng ta là bản
sao của hằng hà sa
số chúng ta trong vòng

quay thời gian mỗi khoảnh
khắc là một chúng ta
mỗi chúng ta là một
chúng ta khác mỗi chúng

ta là một chúng ta
xưa nhưng mỗi chúng ta
cũng nhìn chúng ta không
khác bởi nếu bước ra

ngoài vòng quay thời gian
không có chúng ta hôm
nay và chúng ta hôm
qua không có chúng ta

bây giờ và chúng ta
ngày sau mỗi chúng ta
là chúng ta không khác
và cái kịch bản chúng

US

Each of us looks at each of
us differently, like us
today looking at us
yesterday, us now looking

at us tomorrow, we are
copies of infinite
copies of us in the loop

of time, each moment is one
of us, each of us is a
different us, each of us
is one of us past, but each

of us also looks back at
us differently, because,
if we step outside of
the loop of time, the us of

today does not exist and
the us of yesterday does
not exist, and the us of
the present does not exist

and the us of the future
does not exist, each of us
is not different from
the other and our play is

ta khác và không khác
cứ diễn ra và hoá
giải trong tấn tuồng đời
này như chúng ta là

không chúng ta.

different us and not
different still we keep
performing life's drama as
if we are not us.

CÔ GÁI DA ĐEN

Cô gái da đen ơi
khuôn mặt cô đẹp như
thế sao đôi mắt cô
buồn như thế buồn như

bản nhạc jazz buổi chiều
buồn nghe tin đứa em
trai sống ngoài lề đường
bị bắn gục ngoài lề

đường hay như câu chuyện
buồn về người cha chẳng
ra gì cờ bạc và
nghiện ngập đã bỏ người

vợ trẻ và hai đứa
con thơ ra đi không
lời từ biệt cô gái
da đen ơi hẳn đôi

mắt ấy chẳng phải của
cô mà chỉ là bản
sao đôi mắt của mẹ
cô vì đó là nỗi

u buồn chồng chất qua
thời gian về người chồng
và đứa con thơ đã
làm nên đôi mắt buồn

DARK-SKINNED GIRL

Oh dark-skinned girl, with a
beautiful face and yet your
eyes are so sad, sad as jazz
songs in the afternoon sad,

upon hearing the news
about her younger brother
living on the streets and shot
down on the streets or like a

sad story about a father
that amounted to nothing
because of gambling and
addictions and he left a

young wife and two young children
leaving without a single
word of goodbye oh dark-skinned
girl certainly those eyes

are not your own but exact
duplicates of your mother's
eyes because that is the sadness
that has built up over time,

over a husband and a
young child that has made up those
sad very sad eyes as such,
oh dark-skinned girl with a

như thế cô gái da
đen ơi khuôn mặt cô
đẹp như thế hẳn phải
có đôi mắt hồn nhiên

của một thiên thần nên
chăng hãy trả cho mẹ
cô đôi mắt ấy vì
cuộc đời cô đâu phải

cuộc đời của mẹ cô
cuộc đời nào thuộc về
cuộc đời đó đâu phải
cuộc đời nào cũng là

cuộc đời nào và hỡi
cô gái da đen ơi
tôi nói không sai đâu
(nếu có sai thì cũng

chẳng sai nhiều) khuôn mặt
cô đẹp như thế phải
có đôi mắt hồn nhiên
của một thiên thần chứ.

beautiful face who should
really have the innocent
eyes of an angel and so
you should return those eyes

to your mother, because
your life is not the life
of your mother, each life
belongs to itself, and

no life should be the life
of another, and oh dark-
skinned girl my words are not wrong
(even if they are wrong they

are not too far off) such a
beautiful face as yours should
have the innocent eyes of
an angel.

CÔ GÁI SOI GƯƠNG

Cô thiếu nữ soi bóng
trong gương chỉ có cái
bóng nhận ra cái bóng
cái bóng không nhận ra

cô cô bước ra khỏi
cô chỉ có thân xác
nhận ra thân xác thân
xác không nhận ra cô

cô không thấy cô cô
là ai là ai là
ai câu hỏi không có
câu trả lời vì chỉ

câu hỏi nhận ra câu
hỏi câu hỏi không nhận
ra cô vì chính cô
là câu hỏi và vì

mọi câu hỏi đều vô
nghĩa khi không có câu
trả lời nên mọi cái
bóng đều vô nghĩa mọi

thân xác đều vô nghĩa
vì cô chính là cái
bóng là thân xác chính
cô là mọi điều vô

nghĩa.

THE GIRL IN THE MIRROR

The girl in the mirror is
reflected yet only the
reflection recognizes
the reflection the reflection

doesn't recognize her, she
steps out of her, only her
body recognizes her body,
her body doesn't recognize

her she does not see herself
who is she who is she and
who it is that is asking
the question unanswered

because only the question
recognizes the question and
it doesn't recognize her
because she herself is the

question and because every
question is meaningless when
it is unanswered so all
the reflections are meaningless

like all bodies are meaningless
because she is the reflection
that is her body that is
she is actually everything

that is meaningless.

KHỔ ĐAU

Viết cho hai người em

Bởi sinh ra vào nơi khổ đau
và đã qua hết đường đau khổ
nên mới đủ nhận biết rằng nỗi
khổ đau cứ lớn dần lớn dần

cho đến khi không thể tù túng
mãi trong thân xác và thân xác
cũng quá còm cõi không thể chịu
đựng nỗi khổ đau nên chăng bắt

đầu cuộc phân ly nước mắt nước
mắt phân ly khổ đau giã từ
thân xác thân xác giã từ khổ
đau và chúng ta cũng phải giã

từ nhau dù rằng đã sống với
nhau trong tình anh em rất lâu
khởi từ một duyên cớ tình cờ
nào … Thân xác trở về đất mẹ

vĩ đại còn khổ đau tan biến
vào bầu trời để rồi chẳng còn
khổ đau chẳng còn thân xác trong
bước độc hành về đi chốn khác.

Thôi, hãy yên nghỉ, hỡi người anh
em thân thiết năm nào, hãy yên
nghỉ, lắng nghe đất với trời đang
tàn theo khúc nhạc chiều tàn.

SUFFERING

For two young brothers

Because you were born into suffering
and having traveled all the paths of
suffering and thus capable of
understanding that suffering grows and

grows until it can no longer be
forever imprisoned in bodies and
bodies are too wasted to bear the
suffering and thus perhaps that is why

the tears start falling the tears are the
suffering departing from the body
the body departing from the suffering
and we depart from each other although

we have lived with each other in brotherhood
for a long time beginning with some
fortunate chance… the body returns to
the great motherland while suffering

disappears into the skies and then suffering
is no more bodies are no more in the
lonely journey elsewhere. Alas, let's
rest, o my beloved brother of old, rest

you now, listen to the earth and the skies
disappearing with the melodies of
a sunsetting afternoon.

March 7, 2008

MỘT HÀNG NGƯỜI

Một hàng người ngồi trên băng ghế, trên
băng ghế một hàng người ngồi, từng người,
từng người giống y như khuôn, từng người,
từng người không thân không sơ – mấy tiếng

lóng giắt trong kẽ răng, ậm à ậm
ừ, lắp ba lắp bắp; không thốt ra
được lời, thì cứ coi như là câm
họng đi – chờ đợi, chờ đợi một cái

gì, một cái gì đó nữa, nhưng một
cái gì, một cái gì đó nữa (chưa
xảy ra hay chẳng bao giờ xảy ra),
không mảy may liên can tới một hàng

người ngồi trên băng ghế, trên băng ghế
một hàng người ngồi, như giấc mơ không
cội nguồn (làm gì có cội nguồn), trông
buồn cười (ngược lại là đằng khác), trong

lãng quên (lãng quên cái gì) – bởi một
hàng người ngồi trên băng ghế, trên băng
ghế một hàng người ngồi chỉ là lời
bịa đặt của bản sao không có thật

của cùng một hàng người ngồi trên băng
ghế, trên băng ghế một hàng người ngồi;
nhìn đăm đăm, đăm đăm, đăm đăm …

A ROW OF PEOPLE

A row of people sitting on a bench,
on a bench a row of people sits, each
person, each person as if from a mold,
each person, each person, not known, not unknown –

some slang seeps out from between their teeth,
um-ahs, um-ahs, blah-blahs; no words uttered,
just imagine that they are mutes – waiting,
waiting for something, something else, but that

something, that something else (that hasn't happened
and will never happen), has nothing to
do with a row of people sitting on
a bench, on a bench a row of people

sits, like a dream without a source (how could
there be a source), they look sad happy (and
to the contrary), within that which is
forgotten (what is something forgotten) –

because a row of people sitting on
a bench, on a bench a row of people
sits only some words made up from copies
that are not real at all this row of people

sitting on a bench, on a bench a row
of people sits; staring straight away,
staring straight away, staring …

NỖI BUỒN

nỗi buồn đứng bên kia
đường vẫy tay chào và
tôi đứng ở bên đây
đường thôi nhé chào nỗi

buồn từ nay đường ai
nấy đi đời ai nấy
biết và dĩ nhiên chẳng
ai biết nỗi buồn sẽ

đi về đâu sau bao
nhiêu năm nằm mãi trong
tôi ngoài nỗi buồn vì
ai cũng có nỗi buồn

riêng và chẳng ai muốn
chứa chấp thêm một nỗi
buồn khác nữa (nỗi buồn
sẽ lụi tàn khi không

tìm được chỗ nương thân,
chắc hẳn vậy) nhưng dù
sao thì giữa tôi và
nỗi buồn cũng có một

chút tình nên chi mới
có cuộc tiễn đưa này
và tình cảnh bây giờ
thì nỗi buồn vẫn đứng

SADNESS

sadness stands on the other
side of the street waving to
me and I stand on this side
of the street waving goodbye

goodbye to sadness from now
on we each part to our own
ways in life and of course no
one really knows where sadness

would go after so many
years lying within myself
other than sadness because
everyone has their own private

sadness and who wants to store
even more and more sadness
(sadness will fade away once
it can no longer find a

place to be nurtured, certainly
so) regardless I and sadness
still have some sort of sympathetic
relationship thus there is

this moment of departure
and the situation now is
sadness still stands there on the
other side of the street waving

bên kia đường vẫy tay
chào và tôi đứng ở
bên đây đường thôi nhé
chào nỗi buồn buồn ơi

chào mi.

to me and I am still here
on this side of the street waving
sadness, goodbye, oh, sadness.

TSUNAMI

Tsunami, Tsunami
ngàn thước lên cao mở
ra thăm thẳm hớp mất
anh em. Hỡi anh em

của nhiều màu da, hỡi
anh em của mẹ vĩ
đại, hỡi anh em của
mẹ đất đai, phút chốc

xảy chân đã lầm thiên
cổ. Thôi đành, không biết
bao giờ, không biết bao
lâu, lũ chúng ta sinh

ra từ nơi bèo bọt,
lũ chúng ta sinh ra
từ nơi khổ đau, và
dù có nước biếc hay

non xanh, thì chúng tôi
vẫn còn anh em vì
bèo bọt vẫn là bèo
bọt, vì khổ đau vẫn

cứ khổ đau. Tsunami,
Tsunami, sao quanh
tôi buổi chiều sớm tối?
Hỡi anh em của mẹ

TSUNAMI

Tsunami, Tsunami
thousand meters high opening
up the abyss swallowing
my brethrens. Dear brethrens

of many colors, dear
brethrens of one great mother,
dear brethrens of mother
earth, in a moment turned

into defunctness. Oh,
unknown time to come, unknown
time past, we are thus born
from fragile living things we are

born from suffering and
whether it is known by
the green waters or by
the blue mountains, we are

still brethrens because fragile
things are but fragile living things
because suffering remains
with suffering. Tsunami,

Tsunami, why around
me was it twilight soon?
Dear brethrens of one great
mother, dear brethrens of

vĩ đại, hỡi anh em
của mẹ đất đai, ngàn
thước lên cao ngàn thước
xuống chớp mắt trăm năm.

Sóng thần Nam Á xảy ra lúc 8 giờ sáng (giờ địa phương), chủ nhật ngày 26 tháng 12 năm 2004 với tâm địa chấn ở ngòai khơi Sumatra, Indonesia, cường độ 8.9 độ richter, chết hơn 225 ngàn người của 11 quốc gia. Indonesia bị nặng nhất, sau đó là Sri Lanka, Ấn Độ, và Thái Lan.

mother earth, thousand meters
high thousand meters crashing
down upon a century
in the blink of an eye.

A tsunami in Southeast Asia occurred at 8:00 AM on Sunday, December 26, 2004, with an epicenter off the west coast of Sumatra, Indonesia, magnitude 8.9 Richter, killing over 225,000 people. Indonesia was the hardest hit, followed by Sri Lanka, India, and Thailand.

CON CHIM CHẾT

kể rằng có đàn chim thiên di
bay ngang bầu trời bỗng một con
rơi xuống giá vẽ của người họa
sĩ tài hoa mang theo cả cơn gió

rét cóng của mùa đông chớm, con
chim chết ngủ giấc ngủ ngàn thu
trên khung bố (ghi dấu lại ngàn
đời sau) và có ai trông thấy

đàn chim mất hút ngoài bầu trời
không, trong khi con chim chết (như
thật) vẫn đang sống trước mắt từng
dòng người từ đời này qua đời

khác, con chim chết bay lên thành
cái đẹp đàn, chim bay bay luôn
vào mù tăm, cái sống bước vào
cái chết cái chết ra khỏi cái

sống, con chim chết đã chết đàn
chim bay cứ bay, không ai cần
biết đàn chim nào là đàn chim
nào và dẫu sao thì hỡi cuộc

đời nhập nhằng nhập nhằng mãi ơi,
xin chào mi.

Hứng khởi từ bức tranh STILL LIFE WITH DEAD BIRDS (Tĩnh Vật Với Những Con Chim Chết) của họa sĩ Hà Lan, Christoffel Van Den Berghe (1617 – 1642), năm 1624, Oil on canvas, 28 1/2 x 39 1/2 in. 71.PA.34

A DEAD BIRD

A story is told of a flock of migrant
birds flying in the sky when one of the
birds falls upon a gifted painter's
stand bringing with it the deathly cold wind

of an early winter, the dead bird slumbers
in a thousand years' sleep upon the canvas
(leaving its mark for a thousand generations)
and for those who have seen the flock of birds

disappearing into the horizon,
while the dead bird (as if it's real) still lives
in front of the eyes of people from one
life to the next, the dead bird flies up to

become beauty, the flock of the bird always
flying in a fog, life entering into
death and death exiting life, the dead bird
has died while the flock of birds flies on, no

one needs to know which flock of birds is which
although, no matter what, life continues
to be unexplainable confusion, goodbye.

Inspired by the painting STILL LIFE WITH DEAD BIRDS by the painter Christoffel Van Den Berghe (1617 – 1642), Dutch, 1624, Oil on canvas, 28 1/2 x 39 1/2 in. 71.PA.34

TỨC CẢNH

Ngồi nhấm nháp ly cà
phê buổi sáng nghe tiếng
chim hót ngoài đầu nhà
và cảm thấy nhẹ … như

bóng mây * … như bóng mây …
ly cà phê … như bóng
mây … bàn ghế ấm chén
tĩnh vật tôi và người …

như bóng mây … biến vào
đời quơ chân múa tay …
ngày lại ngày ngồi nhấm
nháp ly cà phê đợi

chờ đợi chờ gì … như
bóng mây … tiếng chim hót
đầu ngày bàn ghế ấm
chén tĩnh vật tôi và

người ngay cả cuộc đời
âu sầu và tươi tắn
kia cũng không có gì …
cả như bóng mây …

---

* "như bóng mây" đọc nhẹ và dài như ba tiếng chuông ngân.

ON THE SPUR OF THE MOMENT

Sitting and sipping a cup
of coffee in the morning
and listening to birds singing
on rooftops and feeling light …

like cloud shadows * … like cloud shadows …
a cup of coffee… like cloud
shadows … tables and chairs and
pots and cups and still life and

me and others … like cloud shadows …
turning into life gesticulating …
day after day sitting and
sipping a cup of coffee

waiting waiting waiting for
what … like cloud shadows … the songs
of birds early in the day
tables and chairs and pots and
cups and still life and me and

others right in the life of
sadness and joy but nothing
comes of it … not even cloud
shadows …

---

* "like cloud shadows" is to be read softly like four bell sounds.

VỞ KỊCH

Vở kịch mà nhân vật duy nhất nửa
người này nửa người khác được viết trên
hai mươi năm mới tìm được diễn viên
vì làm sao có thể diễn vai nửa

người này nửa người khác với chỉ một
nhân vật, nên vở kịch phải chờ rất
lâu mới hoàn tất sự hiện hữu của
nó và vào đêm mở màn đầu tiên

kẻ tạo ra vở kịch và ném nó
vào đời tìm tới chúc mừng đứa con
tinh thần, nhưng người soát vé chỉ tới
người bán vé, người bán vé nói "vé

đã hết xin ông tới vào tối mai"
"tới vào tối mai nhưng tôi chính là
tác giả" "vé đã hết thưa ông, xin
tới vào tối mai" "tới vào tối mai"

nhưng vài cái tối mai mà vé vẫn
hết trong khi vở kịch chỉ hiện hữu
được vài tối mai và không biết đến
bao lâu mới xuất hiện trở lại và

tác giả vở kịch dĩ nhiên phải chờ
chờ không biết đến bao lâu vì vở
kịch đã phải chờ diễn viên trên hai
mươi năm và vì làm sao có thể

diễn vai nửa người này nửa người khác
với chỉ một nhân vật.

A DRAMA

A drama wherein the only character
is half of this person and half of another
written over the course of twenty years
until an actor is found because how

could there be an actor who is half this
person and half another person, therefore
the drama must wait for a very long
time to be completed and on the first

opening night the person who created
the drama threw it into life seeking
congratulations for an intellectual
child, but the person checking the ticket
pointed to the person selling the ticket

who said, "we're sorry there are no more
tickets, please come tomorrow night" although
I am the author "there are no more tickets,
come tomorrow night", several tomorrow

nights came and went but the tickets are still
not there when the drama only exists
for a few tomorrow nights and it is
unknown when it will happen again because

the author of the drama must wait for
some unknowable time because the drama
must wait for an actor for over twenty
years because how could there be an actor

that is half this person and half another
person in one character.

Ý NGHĨ

Những ý nghĩ bật lên từ mặt
đất, những ý nghĩ rớt xuống từ
bầu trời, những ý nghĩ đuổi theo
đuổi theo, những bước chân bước nhanh

bước nhanh, những ý nghĩ bị triệt
tiêu, bật lên rớt xuống, những ý
nghĩ bị bỏ lại và thân xác
mang theo tâm trí rỗng không trôi

đi, trôi đi, hiện hữu như mặt
đất và bầu trời, bình yên như
nỗi chết sống trong tiếng kêu lặng
thinh xưa… rồi cứ thế cứ thế

những bước chân chậm dần, chậm dần,
những ý nghĩ đuổi theo, đuổi theo
cho đến khi tràn đầy tâm trí
và những bước chân lại bước nhanh

bước nhanh, những ý nghĩ lọc cọc
lọc cọc, khua khoáng trong đêm thanh
và héo tàn, còn chăng vẫn là
thân xác và tâm trí mà cũng

chẳng đáng phải rộn ràng gì.

THOUGHTS

Thoughts springing up from the earth, thoughts
falling down from the skies, thoughts chasing
and pursuing, quick footsteps growing
ever quicker, thoughts eliminated

rising and falling, thoughts that are
left behind and a body that
carries an empty mind flowing
away, flowing away, ever

present like the earth and skies,
peaceful like life and death in the
sound of silence of old… and then
continuing as such footsteps slowing

down, going ever slower, thoughts
chasing and pursuing until they
fill up the mind and then quick footsteps
growing ever quicker clumsy,

cluttered thoughts, making noise on
a clear, quiet night and then
dissolving, what remains is
a body and a mind that really

aren't anything to be busied
or bothered with.

NÓI

Nói lúc không thể nói và không nói
lúc phải nói, và tình trạng này kéo
dài, dễ chừng cả thế kỷ trước, "ê,
cái bọn thấp cổ bé miệng kia, kéo

cao cái đầu lên một chút", điều này
tôi không dám cả quyết, vì tôi không
biết cái thế kỷ trước ấy nó bắt
đầu từ lúc nào, bởi ngay khi đang

nói đây tôi cũng chẳng biết tôi đã
nói từ bao giờ, mà có phải là
tôi nói hay ai đó đang nói và
tôi đang nghe; và sở dĩ tôi bị

du vào tình thế khó khăn này cũng
tại cái lũ thời gian quỷ tha ma
bắt, không từ một ai, lừa đảo và
đểu cáng hết sức; mặc dù tôi đã

thử nhiều cách như hoán đổi cái tôi
này với cái tôi khác, nhưng tôi đâu
phải là một nhân vật chính trong tôi
và rằng tôi đâu thể bước ra khỏi

cái thân tôi hay cái thân tôi bước
ra khỏi tôi được, vì như vậy thì
cũng hơi ức hiếp cái bản mặt của
Thượng Đế; mà tìm kiếm làm gì khi

TALK

Talk when it is not possible to talk
and don't talk when talk is necessary,
and this dilemma is prolonged, perhaps
from a century earlier, "hey, those of

you who have low necks and little mouths stick your
head out a little further", these things i
am uncertain, because i cannot know
when that century earlier actually

began because as i am talking right
now i cannot know when i actually
began talking, and is it me who is
talking or is it someone else who is

talking and i am listening; and maybe
i had been enticed into this dilemma
because the devils and demons of time
have captured me like they have everyone

else by trick and by treachery; although
i have tried many different ways to
change one me for another me, although
i am not the main character of myself

and neither i could step out from my own
body nor my own body step out from
me, and as such there is some oppression
upon the face of God; for what to seek

bên tai bọn Mễ hàng xóm, chúng chơi
nhạc rầm rầm, chịu không thấu, nên tôi
đành phải bỏ công ra xem cái giống
người ấy là giống người gì, xử thế

và sinh hoạt ra sao, nhưng khi mở
cửa, tôi ngỡ ngàng vì chẳng có ai
ngoài căn phòng trống trơn, khạc ra những
âm thanh chát chúa, vây hãm tứ bề,

còn tôi không thể chui sồng sộc vào
túm lấy cái cột nhà để hỏi cho
ra lẽ, và giả thử có túm được
thì cũng rơi vào cảnh tiến thối lưỡng

nan vì ngôn ngữ bất đồng, nên tôi
đành bới trên đống sách cũ; cuối cùng
vớ được cuốn sách giấy đã ố vàng,
mày mò tư tưởng của người xưa, rình

rình giở trò chôm chỉa; vậy bây giờ
mới vỡ lẽ, tôi có hay ho gì,
phường tuồng cả đấy, lảm nhảm những điều
của ai đó từ bao đời nay, và

những điều của ai đó từ bao đời
nay, có khi cũng chỉ hiểu lờ mờ,
chẳng có gì đến nơi đến chốn; nhưng
trở lại cái âm thanh ầm ĩ mà

tôi cứ phải nghe hàng ngày, từ sáng
đến tối muốn phát điên tới nỗi đôi
lúc đã tính cắt phứt hai cái tai
đi, nhưng nếu thế thì chắc là khuôn

when my Mexican neighbors are near earshot,
they play their music unbearably loud,
and so i have to make efforts to go
outside to see what kind of people these

people are, how do they behave, but when
i open the door, i am surprised to
find that there is no one in the empty
room, screeching with irritating noises,

closing in from all sides while i can no
longer crawl and pounce upon a pillar
of the house to interrogate why,
perhaps if i could grab hold of something

or other what would befall me except
deadlock because of a language barrier,
therefore i dig into these piles of old
books; finally latching onto a book

with yellowed pages chock full of ancient thoughts
of thievery lying in wait; and now
it occurred to me, that i am not much
good, only a stagy manner, regurgitating

things that had been handed down, and things
belonging to others from ages past, that
i rarely understood in any sense,
never leading to any finality;

but back to the loud noises which i am
still burdened by, and thus subjected to
hearing on a daily basis, from
morning to evening and i want to

mặt dị hợm lắm; vả lại, nếu giải
quyết xong hai cái tai thì mắt mũi
tay chân còn lại phải làm sao, nên
tôi cứ loay hoay mãi, thôi đành, "kìa

cái anh lôi thôi lếch thếch kia, sao
lại treo cổ giữa ban ngày ban mặt
như thế mà không biết xấu hổ à";
tưởng tượng lúc bấy giờ, tôi như khúc

gỗ lăn lóc ngoài bìa rừng, nếu chẳng
may gặp phải tên đốn củi khốn kiếp
nào đó nhặt về, bổ dăm nhát rồi
ném vào bếp lửa, nấu nấu nướng nướng,

đời chắc tàn; nhưng vốn trí trá, tôi
phải bỏ tôi ra khỏi cái thân tôi
đã chứ không thì ... hỏng. Chào.

go crazy such that sometimes i feel like
i want to cut off my ears, but if i
do that then my face will certainly appear
strange; on the contrary if i remove

the ears then what shall i do with the eyes,
nose and limbs that remain, "hey, rugged ragged
guys, why hang yourselves in the middle of
the day like this without shame" imagine

right now, that i am like a log rolling
at the edge of the forest, and having
the misfortune of running into a
woodcutter who takes me home, chops me into

pieces and tosses me into the fire pit,
to cook and to burn, then my life would turn
into ashes; but being the chameleon that
i am i would have to step out of myself

otherwise all would be … lost. Bye.

TV KÝ

bud   weis   er

Cách dùng:

– Đọc theo âm kêu của ễnh ương.
– Tước đoạt nghĩa của chữ, cả đen và bóng.
– Lặp đi lặp lại để nảy sinh hình và ý.

TV SCRIPT

bud weis er

Suggested Use:

– Reading depends on the sound of the voices of bull-frogs.
– Take away the sense of words, both literal and figurative senses.
– Repeat it to produce the images and ideas.

READINGS OF "THE SONG OF A WARRIOR'S WIFE"

ĐỌC CHINH PHỤ NGÂM

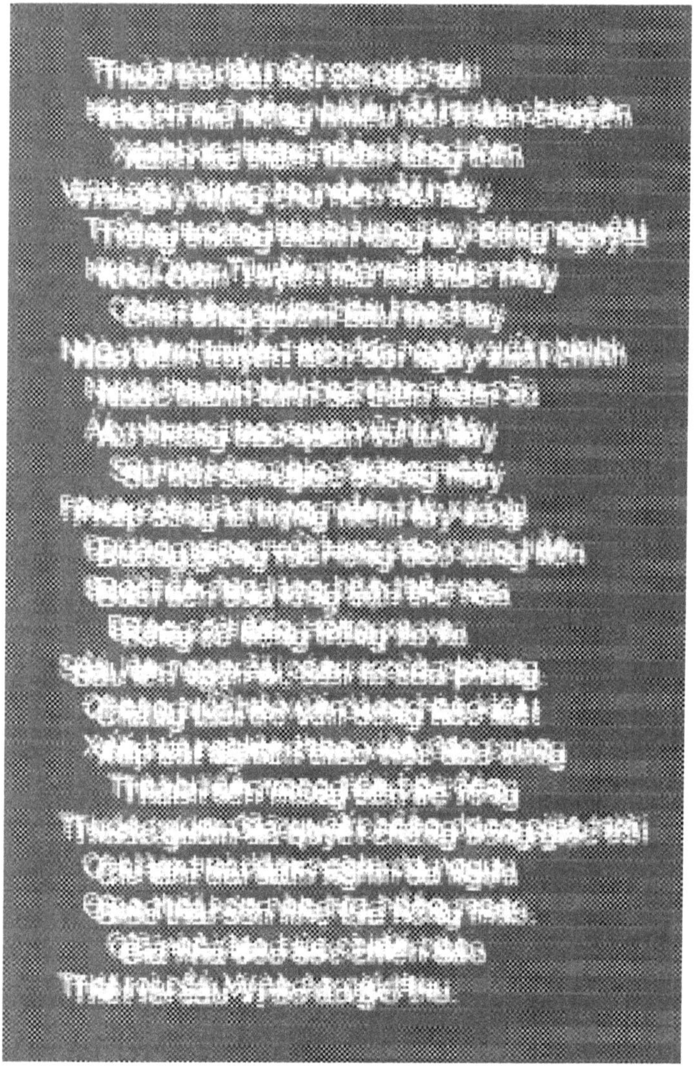

Notes

"Chinh Phu Ngam" ("The Song of a Warrior's Wife", 1741) is a lamentation written by Dang Tran Con in Han characters and free verse, with long and short sentences, and was translated into Nom by Doan Thi Diem (1705-1748). Dang Tran Con (1715?-1745?), exact dates of birth and death unknown, was reputed to be liberal minded, to like wine, and to be a good poet. During his period, the Le emperor and Trinh Lord enforced strict rules regulating such things as no fire at night. To avoid punishment for breaking this regulation, Dang Tran Con dug a shelter in the ground and lit lamps to read books under cover of earth. When the Trinh Lords took power, they entrusted much power in eunuchs who abused their privilege and oppressed the people. Hostilities broke out throughout the country. The mandarins sent in soldiers to crush these rebellions. These soldiers had to renounce their homes, wives and children, and were often killed in battle. Dang Tran Con wrote these famous Chinh Phu Ngam epic poems, which have been handed down through many generations.

Chú thích

Chinh Phụ Ngâm (1741) là một khúc ngâm bằng Hán văn của Đặng Trần Côn, viết theo thể tự do, câu dài câu ngắn, do Đòan Thị Điểm (1705-1748) dịch ra chữ Nôm. Đặng Trần Côn, không rõ năm sinh và năm mất, tính tình phóng khoáng, thích rượu, hay thơ. Đời vua Lê chúa Trịnh có lệ cấm lửa ban đêm, ông đào hầm đốt lửa để đọc sách. Thời đại của ông, chúa Trịnh cầm quyền, tin dùng bọn hoạn quan, người dân bị đè nén áp bức, giặc giã nổi lên khắp nơi, quan quân phải đi đánh dẹp. Người lính phải lìa cửa nhà, xa vợ con, bỏ mình nơi chiến trường. Do đó Đặng Trần Côn đã làm ra khúc Chinh Phụ Ngâm nổi tiếng và được truyền tụng cho đến ngày nay.

QUATRAIN

TỨ TUYỆT

¿¿¿¿¿

?????

¿¿¿¿¿

?????

MANY FACES

ĐA BẢN MẶT

NEGATIVE

ÂM BẢN

THE POEM SEARCHES FOR THE POEM

BÀI THƠ ĐI TÌM BÀI THƠ

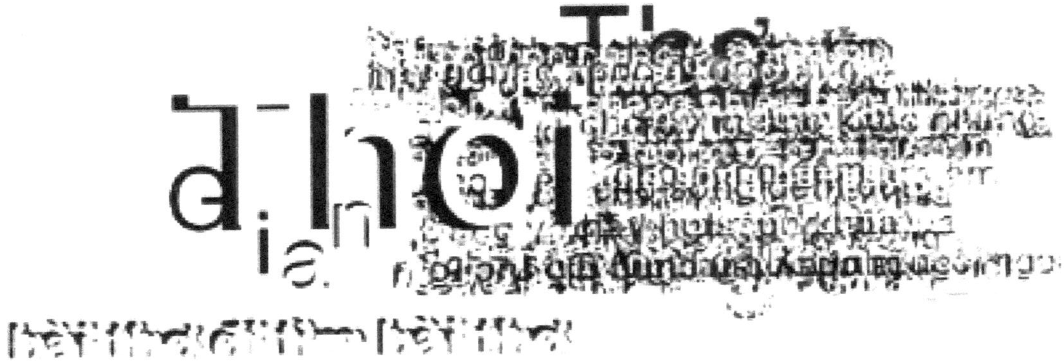

ADDENDA

PHỤ LỤC

CẢM HỨNG TỪ KHẾ IÊM
NGỢI CA SỰ IM LẶNG

Stephen John Kalinich

tôi đọc chúng một mạch và được chuyển hóa
chúng tuôn chảy những bài thơ
tôi yêu thích chúng vì chúng đơn giản và phức tạp chúng tuôn
chảy giống như một dòng suối nhỏ và đôi khi
một dòng sông ào ạt trôi qua chúng
bạn đáng được ca ngợi hay những gì bên trong bạn
là bạn và không phải là bạn đáng được ca ngợi
điều là bạn bên trong bạn
đã viết những câu thơ và khám phá những dòng thơ
tưởng như chúng được phát hiện ...
những bài thơ của bạn lớn dậy chúng tiêu điều và đẹp như cây
liễu mảnh mai hoặc như một nhánh cây với vài chiếc lá nhưng rễ
mạnh mẽ đặc trưng như thân tre
nhìn xuyên suốt tới bên kia và bên trong và không vướng vào
ảo tưởng
rằng cái mà chúng ta trải nghiệm là cuộc sống
nhưng nó cũng lại là giấc mơ như nỗi đau và tỉnh thức của toàn
nhân loại có phải con đường dẫn đến sự tốt lành
là trách nhiệm của chúng ta và cái gì không ở bên trong chúng ta
có phải chúng ta không ở ngay cả bên trong chính bên trong
chúng ta vì không có gì ở bên trong chúng ta
những gì chúng ta biết
Chúa chỉ có thể hiện hữu ở nơi chúng ta hiện hữu
cánh cửa này
qua đó chúng ta nhận thức bản thân
và thể hiện bản thân chúng ta là cửa và cửa sổ chúng ta không là
gì khác ngoài những hình ảnh nổi trôi của mây và màu sắc khói

INSPIRED BY KHE IEM
A CELEBRATION OF THE SILENCE

Stephen John Kalinich

i read them in one sitting and was transformed
they flow the poems
i love them they are simple and complex they flow like a little
stream and at times
a great mighty river runs through them
you are to be commended or what within you that
is you and not you is to be commended
the you in you
that wrote the verses and rediscovered the lines
that feel like they were revealed..
your poems have grown and they are stark and beautiful like a
slender willow or a tree branch with a few leaves but strong roots
into the nature of things like bamboo
seeing through and beyond yet in and not getting attached to
illusion
that what we experience is life
but is a dream like suffering and awakening of mankind woman-
kind the road to kindness
lies with us and yet what is not within us
are we not even within our own within for is not everything
within us
what we know
God can only be where we are
this door
through which we perceive ourselves
and express ourselves we are the door and window we are noth-
ing   but floating images of clouds and colors smoke and the

và cái tự nhiên tạm bợ thì đẹp và
vâng đúng vậy bạn nắm bắt và gợi ý trong các bài thơ
và đưa kinh nghiệm của người đọc người nghe chú tâm tới bên kia những hình ảnh và những chữ
và người đọc trở thành kinh nghiệm về việc đọc những bài thơ của bạn và khi nhìn ngắm chúng
nhận ra rằng bạn sẵn sàng buông bỏ chúng
và không gắn bó gì tới chúng bạn không hét lên như nhiều nhà thơ ... những nhà thơ nhìn tôi
tôi là cái gì đó
bạn chia sẻ cuộc hành trình của bạn và đẹp đẽ biết bao trong sự đơn giản của cách biểu đạt
vì cái ghế
là ghế và không phải là ghế và cầu thang là cầu thang nhưng không để đi tới nơi đâu
có lần tôi nghĩ tôi
đã viết một bài hát về những chiếc cầu thang một ngàn quãng đời trước
và những tấm gương bao quanh tôi trong những bài thơ của bạn
và ở nơi nào tôi nhìn thấy chính mình và cảm thấy chính mình
và tôi mắc kẹt trong cái biết đó
và đó là cánh cửa giải thoát cho tôi vì chúng ta là một và chúng ta kinh nghiệm chính chúng ta
chúng ta là các loài sinh thể đó và tin rằng bạn đã nắm bắt điều này trong những bức ảnh chụp vội đáng yêu của tâm hồn bạn và cái chết của đứa con trai đối với người mẹ là điều gì đó
mà không ai có thể thực sự nói tới
trừ phi
họ đã sống nó qua lộ trình này
bạn ám chỉ rằng không có chữ để nói về cuộc sống và những sự thể này và điều đó đưa tới vẻ đẹp
của sự im lặng
nước trên một hồ nước
nước trên
một đại dương

transitory nature is the beauty and
ye yes you capture and hint of that in the poems
and take the attentive reader-listener's experience beyond the images and the words
and one becomes the experience
of reading your poems and viewing them one
finds that you are willing to let them go
and not attached to them you are not screaming like many poets... poets look at me
i am something
your are sharing your journey and there is much beauty in the simplicity of your expression
for a chair
is a chair and not a chair and stairs are stairs but going no where
i think once i
wrote a song about stairs a thousand lifetimes ago
and mirrors surround me in your poems
and every where I see myself and feel myself
and i am trapped in that knowing
and there is the door to my liberation for we are one and we experience ourselves
we are these kinds of beings and believe that you have captured this in these lovely snap shots of your soul and the death of a son to a mother is something
that one can not really talk about
unless
one has lived it walked this path
you hint that there are no words for life and these things and it draws one to the beauty
of the silence
water on a lake
water on
an ocean

không có tai để nghe âm thanh
không có mắt để nhìn cái đẹp
hoặc sự xấu xa
và một thoáng hy vọng nổi lên
và cuộc sống có niềm vui được nắm hờ và thích thú
vâng bạn ơi tôi rất thích những bài thơ này bạn có thể trích dẫn tôi.

Tình yêu
Bình an
Stephen

tôi ít nhận được tin bạn trong những ngày qua và chẳng cần thiết mấy nhưng đây là những trao đổi thú vị và tôi chúc
bạn điều tốt lành ...
vì không có bạn và tôi
chỉ có chúng ta

Bình an
vì bài thơ lớn nhất
là sự im lặng ...

no ears to hear the sound
no eyes to see the beauty
or the ugliness
and a glimpse of hope emerges
and life has joy and is to be taken lightly and enjoyed,
yes my friend i enjoyed these poems you can quote me.

Love
Peace
Stephen

i am seldom hear from you these days and it is not necessary but this was a good exchange and i wish you well..
for there is no you and me
only us

Peace
for the greatest poem
is the silence ...

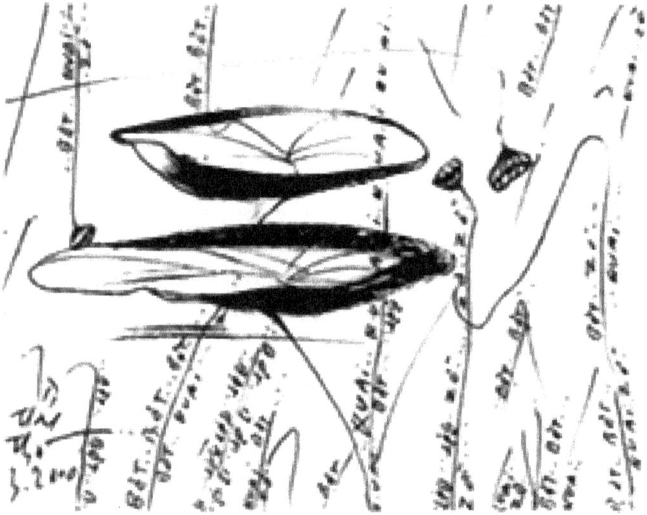

"Bud weis er"
Drawing by Lê Thánh Thư

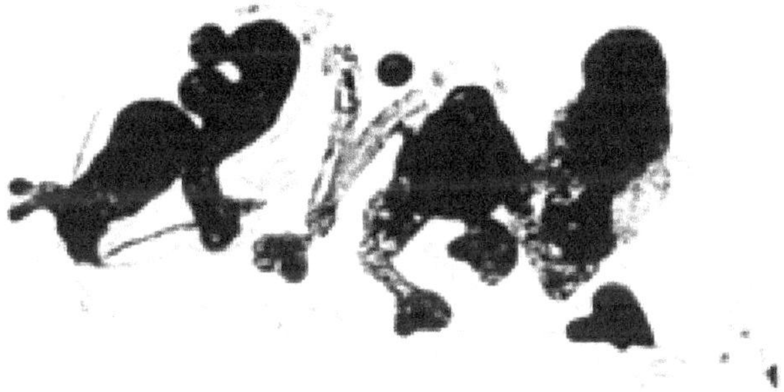

"Bud weis er"
Drawing by Đinh Cường

Bud wei ser
Drawing by Nguyễn Đại Giang

Khế Iêm
Drawing by Đinh Cường

ESSAYS

TIỂU LUẬN

GIỚI THIỆU THƠ TÂN HÌNH THỨC
NHẮC LẠI – 10 NĂM

Gửi các nhà thơ Đỗ Quyên, Inrasara và Lê Vũ

Tân Hình Thức là một phong trào thơ Mỹ, khởi đầu từ thập niên 1980 và phát triển vào những năm 1990, chủ trương bởi một số những nhà thơ trẻ sáng tác theo thể luật truyền thống. Nhưng tại sao Tân Hình Thức mà không là gì khác? Thơ truyền thống phương Tây, bắt đầu với Homer, hai tác phẩm *The Iliad and The Odyssey*, (viết theo mỗi giòng *16 âm tiết*), sau đó là thơ tự do (free verse), với nhà thơ Mỹ Walt Whitman (cuối thế kỷ 19). Thơ tự do, suốt thế kỷ 20, phát triển mạnh mẽ ở Mỹ sau thế chiến thứ hai, với rất nhiều phong trào tiền phong, cạn kiệt vào cuối thế kỷ, tạo nên phản ứng, hồi phục lại thơ thể luật.

Tiếng Anh là một ngôn ngữ trọng âm và đa âm, những thể thơ tùy theo số âm tiết trong một dòng thơ. Thí dụ một thể luật thông dụng, mỗi dòng *10 âm tiết,* iambic pentameter (*không nhấn, nhấn* lập lại 5 lần), cứ thế hết dòng này qua dòng khác, có vần ở cuối dòng. Nếu cuối dòng không có vần, gọi là thơ không vần. Những thể thơ Việt như *5 chữ, 7 chữ, 8 chữ,* hay *lục bát* cũng phân biệt theo số chữ của một dòng thơ. Thơ Việt là ngôn ngữ đơn âm, nên trong một gòng thơ, ngoài vần ở cuối dòng, luật thơ được sắp xếp theo sự nhịp nhàng của âm thanh bằng trắc.

INTRODUCTION TO VIETNAMESE NEW FORMALISM POETRY A REVIEW AFTER 10 YEARS

For poets Đỗ Quyên, Inrasara and Lê Vũ

New Formalism is an American poetry movement begun in the early 1980s and developed through the 1990s, lead by a number of young poets composing in the traditional style. But why New Formalism and not some other movement? Traditional Western poetry, began with Homer (his two works *The Iliad and The Odyssey*, each written in *16-syllable* verses), and then followed with free-verse with the American poet Walt Whitman (towards the end of the 19th century). Free-verses, throughout the 20th century, developed strongly in United States after the Second World War with many advant garde movements, withered at the end of the century, and created reactions and revivals of the meter in poetry.

English is a strong-stress and poly-syllabic language with emphasis on consonant sounds. Poetic form depends upon the number of syllabic sounds in a verse, for example, a common form has *10 sounds*, iambic pentameter (*unstress, stress* repeated 5 times), from verse to verse with end-rhymes. If there are no end-rhymes, then it is called blank verses. Vietnamese poetry in the *5-word, 7-word, 8-word* or alternating *6-word and 8-word* form breaks up the verses according to the word count. Vietnamese is a mono-syllabic language; therefore, its poetic form, besides having rhymes at the end of a verse, may be organized according to the inflections of level / oblique tones.

Thơ có trước luật thơ. Từ những thời xa xưa, thơ sáng tác với nhạc cụ đàn sáo, và được hát lên. Sau này khi lời và nhạc tách ra, nhưng sự liên hệ giữa lời và nhạc, giữa âm và điệu, giữa thực hành và thẩm mỹ, vẫn được lưu giữ và truyền từ thế hệ này sang thế hệ khác, thành luật thơ. Luật thơ vì thế, đã nằm lòng trong người đọc và người làm thơ, rút lại chỉ còn là luật vần, vần như thế nào ở cuối dòng. Khi luật tắc đã có sẵn, như một khuôn nhạc, tài năng của nhà thơ là làm sao phổ ý và lời vào, để khi đọc lên, nghe du dương và có hồn, đạt tới tiêu chuẩn hay. Thơ tự do ra đời, muốn thoát ra khỏi những âm điệu truyền thống, họ dùng tiêu chuẩn *mới* (make it new) thay cho tiêu chuẩn *hay*. Như vậy, cách tân hay làm mới thơ vần điệu là làm hỏng thơ, chỉ có thể thay thế bằng một tiêu chuẩn hay khác. Cũng như hội họa hiện đại, thay thế cái đẹp của truyền thống bằng thuật ngữ sáng tạo, làm ra cái mới.

Thơ ở thời kỳ nào cũng vậy, có lúc suy trầm có lúc nở rộ. Thơ vần điệu sau một thời gian dài, đến lúc phải lụi tàn vì hoàn cảnh xã hội thay đổi, thơ không chuyên chở nổi tâm tình con người, và thơ tự do mới có cơ hội ra đời. Thơ tự do và hội họa hiện đại phương Tây, phù hợp với tinh thần chinh phục (cuối thế kỷ 19) và đối đầu (thời kỳ chiến tranh lạnh) cùng sự phát triển về khoa học và kỹ thuật, với hậu quả hai cuộc thế chiến. Thời kỳ đối đầu tạo nên tinh thần cực đoan, và sự bất bình thường trong sinh hoạt thơ hậu chiến Mỹ, quá thiên vị thơ tự do, và đẩy thơ vần luật (meter and rhyme) ra ngoài lề, coi như một thể loại thơ đã lỗi thời. Trong lúc ở các nước khác, như nước Anh, thơ vần luật và thơ tự do phát triển song song với nhau.

Poetry comes before poetic rules. From antiquity, poetry has been developed alongside musical instruments such as lutes and flutes, and people sang it as a song. Later on, even when music and words were differentiated, the relationship between words and music remained as rhythm and sounds, between the practical and the aesthetics, long-standing traditions that have been passed down from generation to generation, becoming poetic rules. That is why poetic rules, simplified as rhyme schemes, as end-rhymes, are innate in the heart of the reader and the poet. Once these principles are codified, in much the same way as musical notations, the skill of the poet is to marry words and ideas such that, when the poem is read, there is a spiritual dimension reverberating through, rising to the level of goodness. Free-verse came into being with the desire to escape from the traditional rhythm and rhymes; the goal of making poetry *new* replaced the standard of making it *good.* So, to make rhymed verses new or to reform them is to corrupt poetry, and we can only replace the standard of goodness with a different standard. Like modern art, the traditional notion of beauty is replaced by the drive to create, to make anew.

Poetry in any age goes through the cycle of flowering and decline. Rhymed poetry after a long period of time goes into retreat because social conditions change; poetry can no longer express human emotions, and free-verse poetry is given a chance to be born. Modern Western-style free- verse poetry and painting is compatible with the spirit of conquest (towards the end of the 19th century) and confrontation (during the cold war period) and the development of science and technology, resulting in two world wars. The period of confrontation created extremism and anomalies in American post-war poetic activities, which are biased toward free-verse, pushing aside meter and rhyme poetry, viewing them as an obsolete form of poetry. Meanwhile, in other countries such as England, free verse and meter / rhyme verse developed side by side.

Sự nổi lên của phong trào thơ Tân Hình Thức làm cho sinh hoạt thơ Mỹ trở nên quân bình. Nhưng khi quay về vần luật, một thời gian sau một số nhà thơ Mỹ cho rằng, không cần thiết phải có một thuật ngữ nào khác, thơ hay là được rồi. Như vậy, chẳng lẽ thuật ngữ "Tân Hình Thức" chỉ là chuyện hồi phục truyền thống? "Tân" ở đây có nghĩa là "trở về" (retro), chứ không có gì là "tân". Đành rằng những yếu tố của thơ Tân Hình Thức đều có sẵn từ trước như *vắt dòng, luật tắc, tính truyện* và ngay cả *ngôn ngữ nói thông thường*, từ thời Lãng Mạn, đầu thế kỷ 19, nhà thơ William Wordsworth đã dùng trong thơ Không Vần. Thơ tự do, phái Hình Tượng, đầu thế kỷ 20 với T. S. Eliot và Ezra Pound … cũng chủ trương, dùng ngôn ngữ nói thông thường với những chữ chính xác trong thơ. Nhưng ngôn ngữ ở mỗi thời mỗi khác. Và khi dùng ngôn ngữ đời thường tuôn đời sống vào thơ, thơ trở nên sống động, lôi cuốn người đọc, và làm cho thơ vần luật hoàn toàn lột xác. Đó là một thành công không thể phủ nhận, và là một phong cách lớn. Một lý do nữa là người đọc ở thời đại văn minh điện toán, đã không còn chú ý mấy đến thơ, tiêu chuẩn làm mới của thơ tự do không còn đủ sức gây ngạc nhiên, và như thế những nhà thơ phải quay về với tiêu chuẩn hay truyền thống, bằng tài năng thật sự của mình, để mong duy trì sự tồn tại của thơ.

Còn thơ Tân Hình Thức Việt thì sao? Những nhà thơ Việt, vào đầu năm 2000, qua số báo đặc biệt "Chào đón thiên niên kỷ mới" của *Tạp chí Thơ,* mượn thuật ngữ "Tân Hình Thức" để giới thiệu vào thơ Việt thể thơ Không Vần của thơ tiếng Anh. Tiếp nhận một thể thơ là tiếp nhận phần thi pháp (cách làm thơ), áp dụng những yếu tố mới: vắt dòng, kỹ thuật lập lại, tính truyện và ngôn ngữ đời thường.

1/ Trong thơ thể luật tiếng Anh, kỹ thuật *vắt dòng* rất thông dụng, so với kỹ thuật *dòng gãy* (enjambment) của thơ tự do. Khi chuyển qua thơ Việt, kỹ thuật này được định nghĩa như sau:

The rise of New Formalism movement helped American poetic activities regain their balance. But, after a period of revival in rhymed verses, some American poets thought that it was not necessary to adhere to any terms but that it was sufficient for poetry to be good. So, after all, is "New Formalism" just a revival of past traditions? "New" here means "retro". The key principles of rules, like *enjambments*, *rhyme-schemes,* even prose and *common speech* already exist from the Romantic period early in the 19th century, with William Wordsworth's blank verses. Free-verse poetry, the Imagists at the start of the 20th century, with poets like T.S. Eliot and Ezra Pound, also promotes the use of common language and precise words in poetry. Language usages vary over periods of time. When everyday language is infused into poetry, poetry is given new life, captivating the reader and resurrecting rhymed verses. These successes cannot be overlooked; they are a major contribution. Another reason is that readers in the information age are no longer impressed with the new aspects of poetry, so the poet must return to the standard of good poetry, with real talents, in order to preserve poetry.

What about Vietnamese New Formalism Poetry? In Spring 2000, in the special edition of the *Vietnamese Journal of Poetry* entitled "Encounter with a New Millennium", Vietnamese poets utilized the term "New Formalism" to introduce to Vietnamese poetry the Blank Verse form of English poetry. To accept a new form of poetry is to accept the methods of composition, applying new principles: enjambments, repetition, prose narration, and the use of common language.

1/ In English poetic forms, the *enjambment* technique is very common as compared to *line-break* in free-verse poetry. When adapted to Vietnamese poetry, this technique is defined as follows:

“Khi dùng cách vắt dòng (enjambment) phá đi cách đọc dừng lại ở cuối dòng, người đọc bị thúc đẩy đi tìm lại phần đã mất (của câu), tốc độ đọc nhanh hơn, và phải đọc bằng mắt. Điều này gợi tới ý niệm thời gian và không gian trong thơ. Cái phần mất đi ấy là phần gì, phải chăng là một phần đời sống, của quá khứ hay của tương lai, và như thế, hiện tại không lẽ chỉ là cái trống không? Nhưng cái trống không ấy lại chẳng trống không vì những chuyển động không ngừng của cái biết và chưa biết, đè lấp lên nhau. Thơ bật lên từ sự vặn vẹo và phức tạp của văn phạm và cú pháp (syntax), tạo thành nhịp điệu và nhạc tính. Điều rõ ràng, bài thơ và *tri giác về nhịp điệu* (perception of rhythm) không nằm ở ngôn ngữ (chữ), mà ở nội dung ngôn ngữ (the content of the language). Nội dung ngôn ngữ chính là những chuyển động của cảm xúc trong phạm trù văn phạm và cú pháp.” [1]

2/ Ngôn ngữ đời thường: Một thí dụ được trích dẫn:

“Nhà thơ Timothy Steele, khi ăn trưa tại một quán ăn bình dân, ông tình cờ nghe được sự cãi vã của một cặp tình nhân, sau cùng cô gái đứng dậy, trước khi bỏ đi, nói lớn:

x / x / x / x / x /
You haven’t kissed me since we got engaged.

Anh chưa hề hôn tôi từ lúc đính hôn.

Câu nói đúng với iambic (không nhấn, nhấn) và lập lại 5 (penta –) lần, thành iambic pentameter. Ông nhận ra, thể luật căn cứ và rút ra từ dạng nói bình thường, và Tân hình thức đưa ngược những câu nói đời thường vào thể luật.” [2]

Thơ thể luật tiếng Anh có hai loại thơ có *vần* và *không vần*. Một phần vì tiếng anh là một ngôn ngữ đa âm, nhiều vần nên khi vắt dòng và đưa ngôn ngữ thông thường vào thơ dễ dàng, dù cuối dòng có vần hay không. Nhưng tiếng Việt là một ngôn ngữ đơn

"When the enjambment technique is used, it changes the practice of stopping at the end of a verse, the reader is prompted to search for the missing part (of the sentence), the speed of reading is increased and one must read visually. This brings up the concept of time and space in poetry. What is lost, perhaps, is a part of life, of the past or future, and, as such, the present is nothing but emptiness. Such emptiness is not empty because of the ever-changing, ever moving character of what is known and what is unknown, intertwining with each other. Poetry thus arises out of the ambiguities and complexities of syntax, creating musical rhythm. What is clear, a poem and the *perception of rhythm* does not lie in language (words), but in the content of the language. The content of the language is the movement of emotions through grammar and syntax." [1]

2/ Common (everyday) language: An example often cited:

"The poet Timothy Steele, while having lunch at a popular eatery, coincidentally overheard a lover's quarrel, after which the woman stood up and, before leaving, said loudly:

x / x / x / x / x /
You haven't kissed me since we got engaged.

The saying complies with iambic meter (unstress, stress) and repeated 5 times (penta --), thus forming iambic pentameter. Steele recognized that form is drawn from common language, and New Formalism converts common language into poetic forms." [2]

English formalism poetry has two categories, *rhymed* and *unrhymed* poetry (blank verses). This is true in part because English is a polysyllabic language, rich with rhymes, which makes it easy to create enjambments and transform common language into poetry, whether there are rhymes at the end of the verses or not. In âm, khó mang những câu nói thông thường vào thơ vì vướng phải luật vần. Khi bỏ vần, và thay bằng kỹ thuật vắt dòng để tạo nên những ý tưởng liền lạc, những thể thơ Việt không khác gì thể thơ Không Vần của thơ tiếng Anh. Ngôn ngữ thông thường tuôn vào thơ, xóa đi nhạc tính hay tiết tấu của thơ vần điệu, giúp người làm thơ tìm ra nhịp điệu hay nhạc tính mới. Ca dao lục bát tuy dùng ngôn ngữ đơn giản nhưng vẫn là những câu ru điệu hát, ngôn ngữ thông thường hay ngôn ngữ thường ngày không nói như ru hay hát. Thơ Tân Hình Thức là một hình thức thơ đọc

3/ Trong luật thơ, ở bất cứ thể loại thơ nào, kỹ thuật *lập lại* đều được sử dụng để tạo nhạc tính hay nhịp điệu cho thơ. Chúng ta thấy thơ Đường luật, lập lại những âm thanh *bằng bằng trắc trắc*, và trong thơ tiếng Anh, là những âm *không nhấn, nhấn,* lập đi lập lại 5 lần trong 1 giòng thơ. Những cách trên của thơ truyền thống là lập lại những âm tiết. Khi thơ tự do tiếng Anh, muốn thoát ra khỏi những luật tắc và âm điệu truyền thống, họ thay cách lập lại âm tiết bằng cách lập lại chữ và câu chữ. Cũng vậy khi thoát ra khỏi âm điệu của thơ vần, thơ Không Vần Việt tiếp nhận cách tạo nhịp điệu của thơ tự do tiếng Anh, lập lại *chữ* và *nhóm chữ* trong bài thơ.

4/ Tính truyện: là một yếu tố thông dụng trong thơ truyền thống ở mọi nền thơ để kể một câu truyện. Trong thơ Không Vần Việt, tính truyện còn có ý nghĩa là tạo nên những ý tưởng liên tục và thuần nhất, không đứt đoạn như thơ tự do.

Đến đây, thơ Không Vần Việt đã tiếp nhận đầy đủ 4 yếu tố trong thơ Không Vần tiếng Anh để trở thành một thể thơ riêng biệt. Đối với thơ Mỹ, thuật ngữ "Tân Hình Thức" là do kẻ thù của dòng thơ contrast, Vietnamese is a monosyllabic language, wherein it is difficult to convert common language into poetry because it would not conform to metered (rhyme) schemes. Once the metered (rhyme) schemes are eliminated and replaced with enjambment techniques to create free associations, then Vietnamese poetry becomes no different from English blank verses. Common language flows into poetry, erasing the musical qualities of metered poetry, and helps the poet to discover new rhythms and musical qualities. Folk poetry in the six-eight form utilizes simple language but retains the characteristics of lullabies and songs; plain language or common language is not spoken like lullabies or songs. New Formalism is a type of poetry that is read.

3/ In poetic rules, regardless of the form, repetition techniques are employed to create musical qualities and rhythm for the poem. The repetitions of the *level / oblique* sounds is found in Tang poetry forms, and the equivalent *unstress, stress* sounds, repeated five times in one poetic verse, is found in English. In these ways, traditional poetry creates repeating syllables. When English free verse wished to escape from these rules and traditional sounds, they replaced the repetitive syllables by repeating words and repeating phrases. Similarly, in order to escape from the sounds of rhymed verses, Vietnamese Blank Verse adopted the same technique used in English free verse, that is, repeating *words* and *phrases* in a poem.

4/ Narrative / Story-telling quality is a common characteristic throughout all poetic traditions that tell a story. In Vietnamese Blank Verse poetry, this story-telling quality also means that thoughts and concepts are continuous and not disconnected, as in free-verse poetry.

At this point, Vietnamese Blank Verse poetry has achieved all four critical qualities of English Blank Verse to become a separate poetry form. With respects to American poetry, the label of "New này đặt cho, có ý mỉa mai. Sau này, hai nhà thơ sáng lập phong trào, Frederick Feirstein và Frederick Turner kết hợp thêm với Thơ Tự Sự (Narrative Poetry) thành lập phong trào thơ Mở Rộng (Expansive Poetry). Nhưng dù thế nào thì thơ Tân Hình Thức Mỹ đã làm xong công việc của mình, hồi phục thơ vần luật, và xóa bỏ hố ngăn cách giữa những nhà thơ. Bởi sự thống trị của thơ tự do suốt thế kỷ 20 đã tạo nên sự chia rẽ trầm trọng tưởng như không bao giờ hàn gắn được giữa một bên truyền thống, đại diện là nhà thơ Robert Frost, từng cho thơ tự do giống như "chơi quần vợt không lưới", một bên là thơ tự do với bảng chỉ đường "làm mới" của nhà thơ Ezra Pound. Kể từ sau phong trào thơ Tân Hình Thức, thơ Mỹ mới chấm dứt cơn sốt của những phong trào Tiền phong, nở rộ sau thập niên 1950, và thơ trở nên bão hòa, vần điệu hay tự do gì cũng được.

Nhưng thuật ngữ "Tân Hình Thức" lại rất đúng với thơ Việt. Thơ Việt cũng trở lại, nhưng chỉ lấy những thể thơ cũ, rót vào những yếu tố mới để chuyển thành những thể thơ mới. Không những thế, thơ Tân Hình Thức Việt còn là sự hòa hợp giữa truyền thống và hiện đại, xóa bỏ mọi ranh giới phân biệt, giữa hai ngôn ngữ Anh và Việt, tạo nên sự giao lưu giữa hai nền văn hóa. (Ở đây cần ghi nhận thêm, ngôn ngữ tiếng Anh và tiếng Việt có khá nhiều tương đồng, *không nhấn, nhấn*, và *bằng trắc* chỉ là sự nặng hay nhẹ của âm vực, còn tiếng Anh cổ, trước khi tiếp nhận thêm những chữ đa âm từ tiếng Pháp và tiếng La tinh, đa số chữ là đơn âm. Điều này giúp chúng ta dễ dàng tiếp nhận thể thơ Không Vần tiếng Anh, với kỹ thuật *lập lại,* mà những ngôn ngữ đa âm khác không phải trọng âm, như tiếng Pháp, không tiếp nhận được.)

Formalism" was advanced by its enemies, intended as a jab. Later on, the two founding poets of this movement, Frederick Feirstein and Frederick Turner, combined it with Narrative Poetry to create a new movement, Expansive Poetry. Regardless, American New Formalism had accomplished its goals of reviving rhymed (metered) poetry, and erased the barriers between poets. Because of the dominance of free-verse poetry throughout the 20th century, there were serious rifts, once thought to be irreconcilable, between the schools represented, on the one side, by Robert Frost, who described free verse as "playing tennis without nets", and on the other side by Ezra Pound, who championed free-verse, trailblazing "make it new". Only after the arrival of New Formalism did American poetry finally overcome the fever of the Avant Gard poetic movements which blossomed after the 1950s. Poetry harmonized between free-verse and metered forms.

The technical term (label) of "New Formalism" was very accurate with regard to Vietnamese poetry. Vietnamese poetry also reverted, but only took old poetic forms and adapted to new qualities in order to be transformed into a new poetic form. In addition, Vietnamese New Formalism was also an assimilation of the traditional and modern, erasing all distinguishing borders between the English and Vietnamese language, thereby creating an exchange of cultures. (It is worth noting here that there are many similarities between the Vietnamese and English language, such as the unstress, stress and level / oblique tones. The only difference is the strength of the sounds. Old English was mostly monosyllabic up until the adaptation of polysyllabic words from French and Latin. This adaptation permits us to readily accept English Blank Verse, which utilizes alliteration (*repetition*) in ways that other polysyllabic languages such as French, cannot accept, because they are not strongly stress.)

Dùng phong cách diễn đạt và kỹ thuật *lập lại* để tạo nhịp điệu của thơ tự do, kết hợp với những yếu tố, vắt dòng và tính truyện của thơ vần luật tiếng Anh, rồi sau đó rót vào những thể thơ truyền thống Việt Nam thành những thể *5 chữ, 7 chữ, 8 chữ* và *lục bát* không vần. Quả là điều tuyệt vời, thơ Tân Hình Thức Việt, vừa có tiêu chuẩn mới, và trên đường tìm kiếm tiêu chuẩn hay, vì đã dung hòa được cả thơ thể luật và tự do. Nhưng tại sao không cứ làm thơ tự do mà lại nhốt vào những khuôn mẫu thể luật làm gì? Chúng ta biết, có nhiều yếu tố để phân biệt thơ với văn xuôi nhưng về hình thức, thể thơ là một yếu tố chính. Khi viết văn xuôi, chúng ta viết tới hết lề phải mới tự động xuống dòng, nên nếu không dùng những thể thơ thì bài thơ sẽ biến thành một đoạn văn xuôi. Tuy gọi là dung hòa với thơ tự do nhưng thơ Không Vần Việt lại gần với thơ xuôi hơn là những loại thơ tự do khác của thời hiện đại.

Ngoài việc tiếp nhận thể thơ Không Vần, nhân một phong trào tiền phong Mỹ, còn một lý do khác. Có lẽ trong sâu thẳm tâm thức của một người di dân, khi sống và chung đụng với nhiều sắc dân, chúng ta có thúc bách muốn họ hiểu mình và mình hiểu họ, và vì thế có nhu cầu tìm kiếm một thể thơ mới. Qua đó, nhân rộng ra, chúng ta có nhu cầu đưa thơ Việt, như một phương tiện tạo sự cảm thông giữa văn hóa Việt với những nền văn hóa khác. Và như thế, vấn đề dịch thuật được đặt ra.

"Mục đích của thơ Tân Hình Thức là muốn đưa thơ Việt bước ra ngoài thế giới, nên mới chú tâm vào dịch thuật, để tìm kiếm người đọc khác ngôn ngữ và văn hoá. Nếu quá đậm đặc trong phạm trù văn hóa hay ngôn ngữ, người đọc ngoại quốc sẽ không hiểu, ngay cả với thế hệ người Việt trẻ bây giờ ở trong nước. Nhưng ai cũng biết là thơ không thể dịch vì không thể dịch âm thanh (sound) trong

Poets used descriptive styles and alliteration techniques to create rhythm in free verse poetry, combined with the critical qualities of enjambment and narration from English poetic rules, and then channeling into traditional Vietnamese to be the forms *5, 7, 8 words* and *six-eight* blank verse poetry. Quite exceptional, Vietnamese New Formalism poetry sets new standards while aspiring to even greater heights, able to harmonize all the various poetic forms with free-verse poetry. But then again, why not just keep on composing free verse poetry, why force conformity with forms? We already know that there are many ways to differentiate between poetry and prose, but, as for form, poetic rules are the defining characteristic. When prose is composed, we write to the end of the line before we start a new line; and so, if the poem has no form at all, then it becomes a prosaic composition. Although it harmonizes with free verse poetry, Vietnamese Blank Verse is more akin to prose poetry than it is to other types of modern free-verse poetry.

Besides accepting Blank Verse poetic forms, via an American Avant Gard movement, there is another reason. Perhaps ingrained in the psyche of the refugee/immigrant, there is the motive to understand who we are and who the different peoples around us are, thus giving rise to the need for the discovery of new poetic forms. Thereby, a need to employ new means in which to gain mutual understanding between Vietnamese and other cultures is realized. And thus, the issue of translation becomes central.

"The purpose of New Formalism poetry is to propel Vietnamese poetry onto the international stage. That is why translation is emphasized to seek readers from different languages and cultures. If the old markings are too submerged in cultural or linguistic systems, then the foreign reader would not understand, including the young Vietnamese readers presently in Vietnam. But everyone knows that poetry cannot be truly or fully translated because the sounds of a language cannot be translated. This is especially true ngôn ngữ, đặc biệt đối với những thể thơ truyền thống khi kết hợp những đơn vị âm thanh đó để tạo nên nhạc tính trong thơ.

Để đáp ứng điều kiện dịch thuật, thơ tân hình thức phải thay đổi cách sáng tác. Về chữ, khi chuyển sang ngôn ngữ đời thường để sáng tác, thơ không còn những chữ hiếm chữ lạ, và người đọc không bị vướng vào chữ khi đọc thơ. Về phong cách, thơ gần với văn xuôi và sử dụng kỹ thuật *lập lại* để tạo nhịp điệu, nên khi chuyển dịch vẫn giữ được nhịp điệu và làm biến mất dấu vết của văn xuôi, thành thơ. "[3]

Bởi vì khi chuyển dịch, âm thanh từ ngôn ngữ này qua ngôn ngữ khác sẽ bị lộn xộn, không ai hiểu được, nếu dịch chữ ra chữ. Hoặc nếu dịch cho xuôi câu văn thì sẽ biến thành một thứ văn xuôi tẻ nhạt. Mà trong thơ, âm thanh hay nhịp điệu là yếu tố xuyên suốt, xâu kết cảm xúc và ý tưởng. Vì vậy chuyện dịch thơ là điều không thể dịch, ai cũng biết. Để giải quyết vấn đề này, phải thay đổi cách sáng tác trước khi dịch ra một ngôn ngữ khác. Thí dụ, kỹ thuật *lập lại* giúp cho thơ Việt có thêm một yếu tố nhịp điệu mới và khi dịch sang tiếng Anh vẫn không mất đi. Người đọc Mỹ sẽ đọc như một bài thơ chứ không phải một bản dịch. Một ưu điểm nữa là những người đọc Mỹ sẽ được đọc những bài thơ khác lạ, am hiểu thêm về đất nước và con người từ một nền văn hóa khác. Những người đọc Việt, qua bản dịch tiếng Anh, sẽ nhận ra cái hay trong những bài thơ tiếng Việt, vì một lý do đơn giản, người đọc khi đọc những bài thơ song ngữ sẽ đọc chậm và chú tâm tới chính bài thơ nhiều hơn.

Một nhà bình luận thơ Mỹ, Angela Saunders, đã nhận định như

with traditional poetry, in which the sounds of the language give rise to the musical quality of poetry.

That is why New Formalism poetry must change the way it is written, in response to the demands of translation. With respect to words, if normal, everyday language is used to make poetry, then poetry becomes absent of rare and archaic words, and the readers do not get stuck with words when they read poetry. As for style, poetry moves closer to prose and utilizes repetition in order to create rhythm, so meter is conserved, and traces of prose are removed to form poetry." [3]

Because, upon translation, the sounds of one language are confused in another language, meaning is lost if translations are word for word. Otherwise, if a verse is translated literally, the result will be a very distasteful verse in the target language. In poetry, musical and rhythmic qualities are pervasive, linking up emotions and ideas. So the translation of poetry is no easy task; this we all know. In order to resolve these matters, we must first change the way we compose before any translation is rendered. For example, alliteration (repetition) techniques in Vietnamese poetry add a new critical dimension to rhythm which upon English translation is preserved. The English reader will be able to read the poem as if it was composed in English and not in another language originally. Another advantage is that the English reader is able to empathize and relate to a foreign country and culture even though they are reading uniquely different poems. Those who read Vietnamese will recognize, upon encountering the English translation of the poem, the outstanding characteristics of Vietnamese poetry for one simple reason: a bilingual reading is deliberate and otherwise time-consuming, requiring careful and thorough reading of the poem.

sau về thơ Tân Hình Thức Việt, khi bà viết lời giới thiệu cho tuyển tập "Thơ Kể".

"Bản thân thơ, trong bất kì ngôn ngữ nào, là phương pháp văn học truyền thống để chuyển giao những mô tả và những chuyện kể bằng lời từ thế hệ này sang thế hệ khác. Nhịp điệu và âm thanh của một bài thơ cung cấp phương tiện truyền đạt và phương thức ghi nhớ thi ca. Những âm thanh trôi chảy trong một ngôn ngữ bản địa đều có nét đặc thù về mặt ngôn ngữ và không dễ dàng để dịch sang một ngôn ngữ khác. Một bài thơ được sắp đặt theo những giai điệu và âm điệu trong một ngôn ngữ bản địa, khi được dịch sang ngôn ngữ khác, sẽ mất đi sức quyến rũ của nó về mặt thẩm mĩ. Do vậy, nảy sinh một vấn đề hóc búa. Trong một xã hội mà mức độ cơ động không ngừng gia tăng, làm thế nào để thu hẹp khoảng cách giữa những rào cản về ngôn ngữ, văn hóa, và thế hệ, trong khi vẫn duy trì được di sản truyền thống?" 4

Và bà nhận xét những đặc tính của thơ Tân Hình Thức Việt rất rõ ràng như sau,

"... số lượng âm tiết được đưa vào khuôn khổ, việc vắt dòng được thực hiện nhất quán cho toàn bài đúng theo số lượng âm tiết được đếm. Điều này có nghĩa là một ý thơ bắt đầu từ dòng này có thể tiếp tục hoặc bất chợt dừng lại ở dòng kế tiếp. Theo truyền thống, thì những chỗ vắt dòng, hoặc những điểm dừng, là để làm nổi bật những từ hoặc những ý đặc trưng. Còn khuôn khổ này, về điểm dừng bất thường, thường sẽ tăng cường tác động vào thị giác và vào cảm tính mà bài thơ tạo được. Mỗi cách sử dụng phương thức lặp lại, vắt dòng, và tạo hình ảnh đều cho phép chúng ta thực sự thấy được vẻ đẹp của những ý thơ mà mỗi tác giả đã nỗ lực để khắc họa. Vị trí của từng từ được bố trí để ta phải thấy rằng từng ý thơ đều được hàm ý trong việc định vị các từ, việc kết thúc câu, và trong việc tạo hình ảnh gây cảm giác mạnh. Bởi vì mỗi yếu tố đều khắc họa một hình ảnh theo mong ước của nhà thơ; mỗi từ khắc họa trọn một phần của bài thơ; và mỗi sự lặp lại và mỗi định

An American poetry commentator (critic), Angela Saunders, had the following thoughts about Vietnamese New Formalism poetry when she wrote her introduction for the anthology "Poetry Narrates".

"Poetry itself, in any language, is a traditional literary method to pass oral accounts and stories from one generation to another. The rhythm and sounds of a poem provide the means of delivery and way to remember the verse. Sounds that flow in the native tongue of one language are linguistically specific and are not easily translated into another language. A poem set to melodies and tunes in a native tongue lose its aesthetic appeal in translation. Thus a conundrum is created. In an increasingly mobile society, how does one bridge the gaps between linguistic, cultural, and generational barriers while preserving traditional heritage?" 4

And she recognized the following characteristics of Vietnamese New Formalism poetry,

"[As] a patterned number of syllables, enjambments are used at exact syllable counts that remain consistent throughout the poem. This means that a thought that begins on one line may continue or suddenly stop on the next. Traditionally, enjambments, or stops, will occur to highlight specific words or thoughts. This unnatural stop pattern will often enhance the visual and emotional impact of the poem. Each use of repetition, enjambment, and imagery allow us to truly see the beauty of the thoughts each author is trying to portray. The placement of each word is such that one must consider each meaning implied by positioning, line endings, and strong sensory imagery. For each element paints a desired portrait; each word an integral part of the poem; and each repetition and vị đều cất cao giọng về những ý thơ của tác giả và dịch giả, và mỗi bài thơ có được cuộc sống riêng của nó." [5]

Khi những bài thơ dịch được đọc như một bài thơ sáng tác, đưa tới kết quả, những nhà thơ Việt và Mỹ đã có thể đọc thơ của nhau ở cả hai ngôn ngữ. [7] Sự gặp gỡ lý thú, qua đề mục "Thơ Song Ngữ" (A bilingual Edition) và "Tiếng Thơ Khác" (Other Poetry Voices), trên diễn đàn của dòng thơ này là một thí dụ. Trong lá thư mời gọi những nhà thơ Mỹ góp tiếng nói, có viết,

"Hãy đến với chúng tôi, nơi chốn nhỏ bé và ấm cúng này của thơ, để nâng ly rượu mừng trong ngày họp mặt. Các bạn biết không, chỉ thơ mới có đủ khả năng giúp chúng ta nhìn thấy nhau, trong bình đẳng và chia sẻ, cả hạnh phúc lẫn khổ đau, trong kiếp nhân sinh." [6]

Nhắc Lại – 10 Năm, thơ Tân Hình Thức Việt đã có được những thành quả đáng chú ý. Thật ra, không có thể thơ nào dở, chỉ có sự thực hành chưa tới. Chẳng hạn, vào giữa thế kỷ thứ 14, khi Earl of Surrey chuyển thơ không vần từ thơ Ý sang thơ Anh, phải đợi đến nửa thế kỷ sau với William Shakespeare, và 1 thế kỷ sau với John Milton, thơ Không Vần mới có được vị trí xứng đáng. Chúng ta cũng cần nhắc tới những nhà thơ đã làm cho thể thơ này trở thành hiện thực, đó là 64 nhà thơ trong tuyển tập thơ song ngữ "Không Vần", 21 nhà thơ trong tuyển tập song ngữ "Thơ Kể" (Poetry Narrates) và những nhà thơ kế tiếp sau này ... Chúng tôi tin rằng, chừng nào còn những nhà thơ có nhu cầu thay đổi và giao tiếp với thế giới bên ngoài, tìm kiếm người đọc từ các nền văn hóa và ngôn ngữ khác, thì thể thơ Không Vần sẽ còn là phương tiện hiệu quả và cần thiết.

position shouting out the thoughts of the author and the translator and each poem taking on life of its own." [5]

Once the poem is translated and able to be read as if it was an original composition, the result is that American and Vietnamese poets can read each others' poems in two languages. [7] As examples, such interesting meeting of the minds happened in "Bilingual Poetry" (a bilingual edition) and "Other Poetry Voices" from web site www.thotanhinhthuc.org. In a letter calling for American poets to lend their voices, I wrote,

"Come join us in this small, yet warm corner of poetry. Let us raise a glass and toast each other in this meeting of minds. Dear friends and colleagues, only poetry has the ability to transform us and let us see each other for what we truly are, as equals, and to share suffering as well as happiness in the human condition." [6]

To recap, the past ten years of Vietnamese New Formalism poetry have accomplished notable results. Actually, there are no bad poetic forms, only limits of expressions. For example, in the middle of the 14th century, the Earl of Surrey translated Italian poetry as blank verse in English poetry, but it wasn't until a half century later that William Shakespeare, and another hundred years later that John Milton, brought Blank Verse poetry to justly deserved prominence.

It is important to recognize the 64 poets who have made these concepts a reality in the bilingual anthology of "Blank Verses", and the 21 poets who made up the bilingual collection of Poetry Narrates. We believe that, as long as change is a necessity for poets and they are able to communicate with the world beyond their own immediate societies, they will seek readers from other languages and cultures, and so Vietnamese Blank Verse will continue to be an effective and essential vehicle.

Chú thích

1 & 2/ Khe Iem, Tân Hình Thức, Tứ Khúc và Những Tiểu Luận Khác, Ebook, website www.thotanhinhthuc.org.

3/ "Ghi Chú Của Nhà Xuất Bản" – Thơ Kể.

4 & 5/ "Giới Thiệu", Angela Saunders, Phạm Kiều Tùng dịch – "Thơ Kể".

6/ Chỉ trong vòng hai tuần sau khi lá thư được gửi đi, đã có 10 nhà thơ Mỹ tham dự đề mục "The Other Poetry Voices": poets Alden Marin, Bill Duke, Frederick Feirstein, Frederick Turner, Michael Lee Johnson, James Murphy, Rick Stansberger, Stephen John Kalinich, L. K. Thayer và Tom Riordan.

Footnotes

1 & 2/ Khe Iem, New Formalism, Four Quartets, and The Other Essays, Ebook, website www.thotanhinhthuc.org.

3/ "Publisher's Notes" – Poetry Narrates.

4 & 5/ "Introduction", Angela Saunders, Translated by Phạm Kiều Tùng into Vietnamese – "Poetry Narrates".

6/ In only the first two weeks, after the letter was sent out, ten American poets sent their poems to participate in "The Other Poetry Voices": poets Alden Marin, Bill Duke, Frederick Feirstein, Frederick Turner, Michael Lee Johnson, James Murphy, Rick Stansberger, Stephen John Kalinich, L. K. Thayer và Tom Riordan.

Khởi từ Nietzsche: Chúa đã chết, tác giả đã chết (Roland Barthes), chữ đã chết, thực tại đã chết (Michael Benedikt). Quá nhiều cái chết nhưng chẳng thấy xác đâu. Thật ra, Chúa không chết, Chúa chỉ quá thực (hyper real) đi, theo diễn tiến lý thuyết của Jean Baudrillard về Simulacrum (vật giả): [1]

HEAVEN AND EARTH AMIDST DUST STORMS (OR READINGS OF THE SONG OF A WARRIOR'S WIFE)

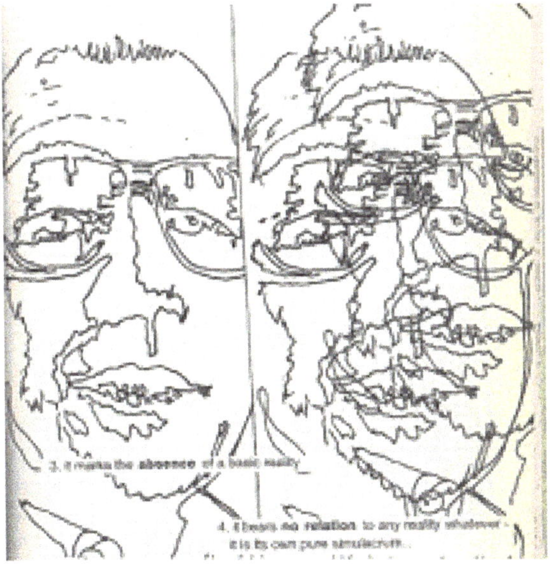

Beginning with Nietzsche: God is dead, the author is dead (Roland Barthes), words are dead, reality is dead (Michael Benedikt). So many deaths, but bodies are nowhere to be seen. Actually, God is not dead; God has become hyper-real, according to the theory of Jean Baudrillard pertaining to simulacrum (image, representation): [1]

1. Phản ảnh thực tại.
2. Che giấu và làm sai lạc thực tại.
3. Sự vắng mặt của thực tại
4. Hoàn toàn cắt đứt liên hệ với thực tại.

Thực tại quá thừa thãi và trở thành quá thực (hyper-reality) trong đó hình ảnh phát sinh không liên hệ gì tới hiện thực, nhưng lại chứa đựng cả cuộc đời lẫn nghệ thuật. Từ đó đưa tới kinh nghiệm ảo thực (Virtual-Reality), qua trung gian computer, đánh lừa giác quan và tạo cho chúng ta có cảm giác sống trong thế giới khác. Cyberspace, là thứ không gian không không khí, xâm nhập vào đời sống thường ngày, như đàm thoại, gặp gỡ, mua sắm, lấy vé máy bay hay mướn phòng khách sạn qua phương tiện điện toán, và cũng có thể đưa ta bước vào thế giới ảo; dĩ nhiên với sự trợ giúp của những dụng cụ kỹ thuật cao, như mang một thứ nón (special helmet), găng tay (special gloves) hay mặc vào một bộ đồ đặc biệt (body suit). Trong thế giới này, chúng ta có ảo giác đang đi dạo trên một hè phố Paris, thăm một di tích cổ, hay tham dự vào một biến cố nào đó ... tùy theo sự chọn lựa. Thế giới đó giúp ta thoát ra khỏi những chi phối của không và thời gian. Cái chết trở nên không thật, bởi chúng ta có thể nói chuyện trực tiếp được với một người cách nhau cả thế kỷ. Còn gì thích thú bằng, ở một chỗ mà vẫn đi lang thang khắp cùng trái đất, sống với những thiên thần, lên thiên đàng và không bao giờ chết. Và khi nhìn ngược lại, cái nơi chốn trần gian, ngay cả lịch sử, con người chưa một lần hiện hữu. Như vậy thì giữa cái thật và ảo, cái nào là thật?

Một gợi ý: "Đã đành là thơ cho đến cùng tận là vô ngôn đi. Nhưng Chinh Phụ Ngâm, ngoài bản dịch Nôm của Đoàn Thị Điểm, còn bản chữ Hán của Đặng Trần Côn..." Như vậy hẳn nhiên bài thơ "Đọc Chinh Phụ Ngâm" có một cái gì đó chưa đầy đủ. Vả chăng nó có vẻ khó hiểu, nếu không chỉ là một trò vui mắt.

1. Reflecting reality
2. Hiding and distorting reality.
3. The absence of reality
4. Complete detachment from reality.

Reality is overabundant and has become hyper-reality, wherein the images which are produced have no relations to reality, yet contain all of life and art. From this point, the experience of Virtual-Reality is ushered in via the computer medium, deceiving the senses and creating the impression that we are living in a different world. Cyberspace is a kind of space without air, intruding into daily life, such as chatting, meeting, shopping, ordering plane tickets or booking hotels via the internet, and is also what takes us to a virtual world; of course, all with the help of high-tech equipment, such as a special helmet, special gloves or a special body suit. In this world, we can have the illusion of walking in the streets of Paris, visiting an ancient landmark, or participating in some event of our choosing. That world helps us to escape from the shackles of space and time. Death becomes unreal because we can communicate with people who lived centuries apart from us. What can be more interesting than living in one place but roaming the planet, living with angels, or going to heaven without ever dying? And then, when we look back upon this world and its histories, humans seem never to have existed at all. So, between reality and illusion, which is more real?

A thought: If something is to be poetry, let it go to the extreme of being wordless. But the poem "The Song of a Warrior's Wife" has the Nôm version translated by Đoàn Thị Điểm, and the Hán version by Đặng Trần Côn. Therefore, obviously, the poem "Readings of The Song of A Warrior's Wife" is somehow incomplete. And, indeed, it is somewhat difficult to understand if it isn't considered a kind of optical illusion.

Một câu chuyện truyền kỳ Trung Quốc mà ai cũng biết, đó là Lưu Thần, Nguyễn Triệu nhập thiên thai, khi trở về thì cảnh cũ người xưa đã không còn nữa. Nhưng nơi chốn vẫn là nơi chốn cũ, và cái cảnh cũ người xưa ấy không phải không còn mà là một thực tại vắng mặt, bị che lấp bởi cái thực tại đang có mặt. Khi không tìm thấy cái thực tại thực của chính mình, cái thực tại mới làm choáng váng, như bóng ma của nhiều thứ thực tại chập vào nhau. Cái thực tại mà hai ông đi tìm kiếm, và tưởng là đã mất; thật ra, nó không hề mất, nó chỉ quá thực (hyper real) mà thôi. Có thể không, hoặc cũng có thể nhìn ra sự thể, nên hai ông đã bỏ đi và nhập vào cái thực tại vắng mặt, cái thực tại quá thực của mình. Câu chuyện kết thúc đẹp và có hậu.

Trở lại với tác phẩm Chinh Phụ Ngâm, đâu có gì chắc chắn rằng bản chữ Hán của Đặng Trần Côn hay bản chữ Nôm của Đoàn Thị Điểm chỉ có một bản. Mà có thể có nhiều bản chữ Hán hoặc chữ Nôm được sao chép từ đời này qua đời nọ. Ngay đến bản Quốc ngữ, đã có biết bao nhiêu nhà xuất bản với nhiều người chú giải khác nhau. Không ai dám chắc, đâu mới là bản nguyên thủy, và không có sai lạc giữa bản này và bản khác. Vậy thì, cái nguyên bản ấy thực ra chính là cái thực tại vắng mặt, cái thực tại ảo. Và cái bản chúng ta đang đọc, chỉ là những bản sao không nguyên bản. Cái ý không nguyên bản ở đây có nghĩa là, dù tìm được bản chữ Hán hay chữ Nôm, chúng ta cũng không đọc ra, và nếu có đọc ra thì cũng không thể quyết đoán đó là bản chữ Hán hay chữ Nôm nguyên thủy. Và như thế chẳng bao giờ xác định được giá trị hay dở hay ý nghĩa đích thực của nó.

Bài thơ "Đọc Chinh Phụ Ngâm" bao gồm nhiều nguyên bản, như cái thực tại này chứa nhiều thực tại khác. Nó làm một cú nhảy, xô cái vô lý vào vô lý, xóa trắng một phận đời. Và tác phẩm Chinh Phụ Ngâm, chỉ còn trong trí tưởng, những âm vang dạt về từ quá

A popular Chinese legend, it is the story of Lưu Thần and Nguyễn Triệu, who enter paradise and then return, but are then unable to find their former place and former friends. But the place is still the same, and the former friends are not non-existent, but are now an absent reality, hidden by a present reality. When it is no longer possible to find our own reality, a new reality confuses us, like the ghosts of many merged realities. The reality that the two men sought, and thought they had lost, has actually never been lost; it has just become hyper-real. They may or may not recognize the situation. That is why the men left and entered the absent reality, the hyper-reality of their reality. The story has a sensible and happy ending.

Back to the poem "The Song of A Warrior's Wife", there is no certainty that there is only one Hán version by Đặng Trần Côn or one Nôm version by Đoàn Thị Điểm. But there may have been multiple Hán versions or Nôm versions which had been copied from one generation to the next. Even the Quốc ngữ versions have been produced by several publishing houses with many different critical reviews or commentaries by various authors. No one can be certain which is the original version, nor that there have not been copies mistaken for originals. Thus, that original version is in fact an absent reality, an illusory reality, and the versions which we are presently reading are only copies and not the original. To say that we are not reading the original means that, even if we do find the original Hán or Nôm version, we still cannot read it, and, if we can read it, we cannot determine definitively that the version we are reading is the original Hán or Nôm version. So we can never determine the true meaning or value of that work.

The poem "Readings of The Song of A Warrior's Wife" includes multiple originals, as if one reality contains many various realities. It is a leap, shoving nonsense into nonsense, wiping out a part of life. So the poem "The Song of A Warrior's Wife" remains in the imagination, like echoes from the past, but now even those khứ, mà bây giờ ngay cái âm vang đó cũng đã mất. (Ở đây có thể nêu lên câu hỏi, tập Chinh Phụ Ngâm có 412 câu, tại sao còn có một đoạn; và cứ coi là những trang chữ chập vào nhau, nên có thể rút gọn lại, thì làm sao biết được có bao nhiêu lỗi chính tả trong tập thơ này? Âm luật, ngôn ngữ, ý tứ, và vân vân đã bị hóa thân rồi chăng?) Bởi, làm gì có cái gọi là thực tại. Như vậy bài thơ đã đi ra ngoài phạm vi của tác phẩm Chinh Phụ Ngâm, lạc vào huyền thoại, và trở về thời đại chúng ta đang sống. Thách đố của thơ, hẳn là tự nó làm vắng mặt nó đi. Và làm sao tránh khỏi sự ngộ nhận, đáng gì một trò mua vui.

Chống lại truyền thống, trở thành truyền thống của thời hiện đại. 2 Chống lại không phải để phá hủy hay phủ nhận mà là những cơn đau chuyển mình (thúc đẩy bởi những tiến bộ kỹ thuật mới), soi rọi từ nhiều hướng, và nghệ thuật trở nên đa sắc thái, đầy sinh động, nối kết truyền thống.

Chẳng phải là nghệ thuật nhiếp ảnh khi ra đời đã đẩy hội họa hiện thực tới chân tường, tưởng đâu không còn lối thoát. Và Paul Cézanne (1839-1906) với trường phái Ấn Tượng, đã không còn thể hiện sự vật giống như thực nữa mà qua cách nhìn, cách nhận biết của người nghệ sĩ. Sự vật không còn bất động mà là chuyển động, qua rung cảm của người nghệ sĩ. Con người nhập vào cảnh vật (the view contains the viewer), xóa đi những phân cách với thiên nhiên. Nhưng không phải tới đây là hết, Lập Thể đẩy tới một bước nữa, coi con người cũng ngang bằng với sự vật, khóa lại những chuyển động, làm một cuộc tổng hợp giữa không gian và hình tượng, cũng trong quan điểm thể hiện hiện thực khác mà nghệ thuật nhiếp ảnh không thể nào lấn lướt được. Mọi chuyện êm đẹp và rằng nghệ thuật mở ra một con đường thênh thang, cứ thế mà đi, phát hiện thêm những tìm kiếm mới.

echoes have become lost. (Here, we can raise a question: If the poem "The Song of A Warrior's Wife" has 412 verses, yet only one section remains, to be viewed as pages of words tossed together and thus able to be condensed or abridged, how can we know how many grammatical errors have been committed in this work? How many phonetics, languages, concepts, etc. have been transformed?) Because there is no such thing as reality. And so the poem has gone beyond the bounds of the work "The Song of A Warrior's Wife", has become lost in legends and now has returned to the era in which we presently live. The challenge of poetry is that it can become absent from itself, and there is no way to avoid misunderstanding. Wc are thus humored by a worthwhile entertainment.

Rebellions against tradition have become a tradition of the modern age. 2 To rebel against is not to destroy or to deny, but is growing pains (driven by technological progress), illuminating from many directions, and art becomes more colorful and vibrant, providing continuity to tradition.

Did the art of photography, when it was first brought to life, push the plastic arts to the wall, from where it was thought that there would be no escape? Paul Cézanne (1839-1906) with his Impressionist school no longer captured reality as it is but through the viewpoint and perception of the artist. Things were no longer inactive but were dynamic, interpreted by the emotions of the artist. The view contained the viewer's perspective and erased the boundaries with nature. But it did not stop there. Cubism took it a step further, treating humans on the par with things, locking action, combining space and images, which was also consistent with the trend to present reality in a way that photography cannot intrude upon. Everything went smoothly, and art opened onto a wide avenue, upon which it confidently traveled to discover new things.

Cuộc đời chẳng có gì là đơn giản, khi vào năm 1936, nhà phê bình Marxist, Walter Benjamin, qua một tiểu luận: "The Work of Art in the Age of Mechanical Reproduction" (Tác Phẩm Nghệ Thuật Trong Thời Đại Tái Tạo Cơ Khí), báo động rằng kỹ thuật in ấn khi in ra hàng loạt những phiên bản đã làm cho những nguyên bản không còn giá trị.

Nhưng trước đó, vào năm 1917, Marcel Duchamp đã đưa ra một khám phá: Readymade Art, tính nghệ thuật đã có sẵn trong các sự vật nếu chúng ta tước bỏ sự tiện dụng và ý nghĩa của nó. Rồi hàng loạt những hoạt động phản nghệ thuật (anti-art) khác như Pop Art, Conceptual Art làm tê liệt sự sao chép. Một thí dụ, vào năm 1970 tại Luân Đôn, hai nghệ sĩ Gilbert và George tự trình diễn như những điêu khắc sống (Living Sculptures), nhấn mạnh vào sự quyến rũ tự bản thân của người nghệ sĩ.

Sự chống đối đã tới lúc kết thúc, như sự đối đầu của thời chiến tranh lạnh đã không còn nữa. Chủ nghĩa hiện đại đã chấm dứt cuộc chiến tranh với chính nó và trở thành hậu hiện đại [3]. *Ngay bây giờ* (just now) của hiện đại trở thành *sau ngay bây giờ* (after just now) của hậu hiện đại. Và thực tế cho thấy rằng sự sao chép (reproduction) chẳng những không làm mất giá trị của nguyên bản, mà trái lại còn làm tăng thêm giá trị của nguyên bản. Vậy thì tại sao chúng ta không cứ sống trong tình trạng tốt đẹp này. Mọi sự đã có sẵn theo quan điểm của Marcel Duchamp, chúng ta cứ việc lấy ra xài lại. Có điều là xài theo cách nào thôi.

Đi xa thêm, chúng ta vẫn thường nhắc tới trong những sinh hoạt chính trị hay xã hội, ngụ ngôn về con dê tế thần (scapegoat) [4]. Những đô thị thời cổ Hy Lạp nuôi và thuần hóa, với những phí tổn của cộng đồng, loài thú rừng này. Rồi khi có những tai họa như dịch bệnh, đói kém, lựa ra một con xấu xí nhất, cho ăn sung và lúa mạch, đánh bằng roi tỏi tây, cành sung, tẩm hành vào bìu dái, đau đớn cho đến chết. Sau đó hỏa thiêu, ném tro ra biển và bốn hướng gió. Như vậy là đô thị đã được thanh tẩy. Nhưng nếu

There is nothing simple in life. In 1936, the Marxist critic Walter Benjamin, in his treatise, "The Work of Art in the Age of Mechanical Reproduction", warned that printing technology, producing copies en masse, would reduce the value of the originals.

Previously, in 1917, Marcel Duchamp had put forth a new discovery – Readymade Art – that art is already present in things if we remove meaning and usage from them. And then there were wholesale anti-art movements, like Pop-Art and Conceptual Art, paralyzing reproduction. For example, in 1970 in London, two artists, Gilbert and George, presented Living Sculptures, emphasizing the personal appeal of artists.

The rebellions have come to an end, just as the confrontations of the Cold War are no more. Modernism had ended with the war against itself and has become post-modernism [3]. The "just now" of modernism had become the "after just now" of post modernism. And, in reality, reproduction had not reduced the value of the original but on the contrary had increased the value of the original. So why shouldn't we continue to live in these good conditions? Everything has been set according to Marcel Duchamp's perspective; all we have to do is re-use and recycle. The only issue which remains is how to re-use and recycle.

Taking it one step further, in the social political realm, we often speak of the parable of the scapegoat [4]. In ancient Greek cities, people domesticated these wild animals at the expense of the community. When there was an epidemic disease or a famine, one of the ugliest animals was chosen; the people fed him with barley cakes and figs, and then struck him with leeks, wild figs and other wild plants, and pounded his penis and scrotum with squills – a bulbous herb – until the goat died of intense pain. Then the beast was cremated, and its ashes were taken to the sea and thrown to the four winds. Thus the city was purged. If the scapegoat is the symbol of evil, he is also a prescription to cast out the devil and con dê tế thần tượng trưng cho cái gì xấu xa, độc hại, thì nó cũng là phương thuốc trừ tà, hóa giải những tai ương. Và nếu nó bị đẩy ra ngoài thành phố thì trước đó nó đã ở trong thành phố. Logocentrism, chủ nghĩa trung tâm, là lý luận mà Jacques Derrida đưa ra để đánh đổ những phân định giữa cái trung tâm (central) và cái ngoại vi (marginal) mà từ Socrates, Plato, Jean-Jacques Rousseau tới Ferdinand de Saussure, Claude Lévi-Strauss, đều ưu tiên cho văn nói (spoken word) hơn là văn viết (written word). Từ đó ông phá vỡ nhiều quan điểm trung tâm khác, làm trung hòa, đưa vào hệ tư tưởng, nguyên tắc dân chủ. Nhưng ông không dừng lại ở đây, mà đi tới giải thích cho rằng cuộc đời giống như một bản văn, chỉ là một trò chơi khác biệt giữa sự vắng mặt và có mặt.

Vào năm 1966, Jacques Derrida đến Đại học Hopkins University tại tiểu bang Maryland, Hoa kỳ, đưa ra chủ nghĩa Hậu Cấu trúc, làm một cú sốc nẩy lửa về triết học. Và từ đây đẩy toàn bộ nền triết học phương Tây tới bờ vực của hoài nghi, phá vỡ những biên giới phân định giữa triết học và văn học, trong và ngoài, Đông và Tây, và nhiều thứ khác nữa, như một thứ thiền học mới. Chủ nghĩa Hậu Cấu trúc được coi như là tiền hậu hiện đại [5].

Khi mọi biên cương bị phá bỏ, và những cái mà chúng ta gọi là thơ nhại (parody), tái sản xuất (reproduction), đa thực tại (hyperreality) thì cũng là cách đi tìm lại những nguyên bản, mặc dù cái nguyên bản ấy chỉ còn là những ý niệm mơ hồ. Chắc chắn, đây không phải là sự chế diễu hay phủ nhận truyền thống, mà thật ra, là sắp xếp lại, như xóc một cỗ bài, tìm tới một trật tự mới. Hay nói rõ, là làm lại một truyền thống khác.

Giải thích bài thơ, hay bài thơ là cái cớ để tìm tới một điều gì đó, thoạt tiên là chúng ta đã nắm chắc phần thất bại. Viết từ độ không (zero degree of writing) hay ý nghĩa từ độ không (zero degree of sense) hàm ý rằng người đọc tạo ý từ chính họ. Và như thế chẳng có giải thích nào là gần đúng hay đúng nhất. Bài thơ hay một tác phẩm nghệ thuật, có một ý nghĩa tự thân, và người đọc hay thưởng disaster. Even though he was pushed out of the city, before that, he had been in the city. Logocentrism is a theory advanced by Jacques Derrida to distinguish between the central and the marginal. As we know, Socrates, Plato, Jean-Jacques Rousseau, Ferdinand de Saussure and Claude Lévi-Strauss always favored the spoken word over the written word. Henceforth, Derrida debunked many other centers, neutralizing them and introducing the principles of democracy into philosophical systems and schools of thought. But he did not stop here; he went on to explain that life is like text, a game which differentiates between the absent and the present.

In 1966, Jacques Derrida went to Johns Hopkins University in Baltimore, Maryland, USA, and advanced the theory of deconstruction, another shocking development for philosophy. Henceforth, the entire Western philosophical system was pushed to the cliff of doubt; boundaries between philosophy and literature were demolished, within and throughout the East and the West, and in various different fields also, such as a new type of study in Zen. Post-constructionism is considered the forerunner to post-modernism [5].

When all boundaries are demolished, that which we refer to as parody, reproduction and hyper-reality are just another way to rediscover the original, although the original is only a bunch of confused thoughts. Certainly, this is not a satire or denial of tradition, but is in fact a restructuring, like shuffling a deck of cards to find a new order. Or, to be more clear, this has created a new tradition.

To explain a poem, or if the poem is a reason to seek something else, then, first, we are certain to fail. Zero degree of writing or zero degree of sense implies that the readers create their own meaning. So there is no explanation that is approximately correct or most correct. A poem or an artistic production has meaning in itself, and the readers or the observers, from many different an-ngoạn, từ nhiều góc cạnh khác nhau, có những tiếp cận và cảm nhận khác nhau. Và có lẽ, chính những giải thích của từng cá nhân người đọc, là những giải thích đúng nhất (cho riêng họ thôi). Điều này đóng góp vào việc tạo tính đa nghĩa cho tác phẩm.

"Đọc Chinh Phụ Ngâm", tưởng như bị hoa mắt khi bước từ bóng tối ra ánh sáng, từ ảo về thực. Cái thế giới mà chúng ta đang sống sao nó trơ trơ, vô cảm xúc, buồn tẻ, không âm thanh như thế, trái lại với cái thế giới ảo, vừa thú vị, mới lạ, như một giấc mộng đẹp. Nhưng chính vì thế mà chúng ta phải làm cho nó trở nên sinh động. Muốn vậy, chỉ còn cách trở lại với khoảng không gian có không khí, ý thức từng sát na hơi thở, sờ mó tới sự vật, cả nỗi niềm và xao xuyến của nhân sinh. Thơ như một thái độ sống, hoặc như Jean-Jacques Rousseau quay về với đời sống mộc mạc của thiên nhiên, hoặc tìm cách thích nghi với hoàn cảnh, chọn một thái độ trung dung như quan điểm của Jacques Derrida. Và như thế chúng ta lại phải bắt đầu tìm kiếm những cách thể hiện mới.

Như vậy chẳng phải là chúng ta đang làm ảo cái thực đi để giải thích thực tại hay sao. Và khi giải thích thực tại cũng có nghĩa là xác định lại vị trí trong thế giới chúng ta đang sống. Cái gốc gác, nguyên bản trở nên kém quan trọng. Chữ không còn là một phương tiện độc quyền thể hiện thơ, hình ảnh quan trọng hơn. Hay nói khác, mọi phương tiện đều có giá trị ngang nhau, tùy thuộc người nghệ sĩ có nắm chắc được phương tiện mình đang sử dụng hay không. Thực tại và tưởng tượng đã chết, và mỗi tác phẩm là tiến trình tìm kiếm luật tắc của chính nó. Chúng ta đang đi vào cơn gió bụi. Và cái thuở trời đất ấy, tái hiện thời kỳ lãng mạn mới, rằng thế giới chúng ta đang sống vẫn là một thế giới đáng sống. Những khám phá về kỹ thuật, dù huyền ảo cách mấy, như đưa tương lai vào hiện tại, đẩy hiện tại ngược về quá khứ, tiêu hủy ý niệm không và thời gian, thì cũng chỉ là những kích thích giúp chúng ta quay lại, tìm ra cái thật tướng của cuộc đời. Thơ hay những tác phẩm nghệ thuật phải vui hơn, mới lạ hơn, đủ sức hấp dẫn, làm cân bằng đời sống, để khỏi bị rơi vài cái bẫy hoang tưởng của một nền văn minh.

gles, perceive and receive it differently. Perhaps, the explanation of each individual reader is the most correct explanation (for their specific case). This in itself is a major contribution to the multiple meanings of a single work.

"Readings of The Song of A Warrior's Wife" is a blurry-eye experience, as if one is stepping out from darkness into the light, from illusion into reality. The world which we are living in is so indifferent, without sense, sad and devoid of sound, in contrast to the illusory world, yet is more interesting and strangely new, like a beautiful dream. But that is exactly why we must make it more vibrant. The only way to achieve that is to return to space with air, conscious of the satna (moment) of breathing and of tangible objects, with all the thoughts and feelings of humanity. Poetry, like an attitude of life or like Jean-Jacques Rousseau, returns to the simple life of nature, or to find a way to adapt to the environment, to chose a moderate attitude, like that of Jacques Derrida. So we must begin to find new forms of expression.

So are we making reality to be illusory to explain reality? And when we explain reality, it also means that we are affirming our own place in the world we live in. The roots and origins of things become less important. Words are no longer the sole means to express poetry; images become more important. In other words, all means have the same value, depending on the ability of the artists to command the means at their use. Reality and imagination have died, and each work is an attempt to define its own rules. We are entering dust storms. And, in such heaven and earth, a new romantic era re-emerges, and the world we live in is the deserving world to live in. Artistic discovers, whether illusory to any degree, by taking the future into the present, by pushing the present into the past, by destroying the concepts of space and time, are really stimuli which help us return to and discover the true character of life. Poetry and other artistic works need to be happier, newer, more compelling to balance life, so that we are not trapped in the delusional mindset of a civilization.

Tạo ra một truyền thống khác? Nhưng mà có gì khác đâu, vì trong cái mới đã có cái cũ, trong cái hiện tại này đã có cái hiện tại khác. Vật tìm thấy (found object), chụp bắt từ thực tại, và còn gì nữa, đánh thức chúng ta khỏi vùng quên lãng (amnesiac zone) của thế giới ảo thực, bóc trần phi lý, để trở về nguyên dạng, từ đó bắt đầu cuộc lữ. Và bắt đầu như thế nào, ở trong hay ngoài luân hồi hay chính là luân hồi? Khi mọi thứ bất khả định bởi sự xóa mờ những làn ranh dị biệt, chúng ta bị buộc bước vào cuộc chơi, sống lầm và chết lầm giữa hai bờ vực (oái oăm thay, bờ nào cũng là ảo thực), thì có phải chính trong giây phút hiếm hoi của nỗi đau thức tỉnh, thơ lại một lần xuất hiện. Nếu coi đó chỉ là những đứa con ngỗ nghịch, những vật xấu xa độc hại, như những con dê tế thần, thì nó cũng là phương cách hiệu nghiệm để chữa lành cơn dịch bệnh, đang đẩy thơ vào con đường cụt.

Thời đại của chúng ta, hẳn không phải là tìm cách chinh phục hay đào thoát khỏi thực tại mà là nhận biết thực tại. Và nếu nói rằng hậu hiện đại là chủ nghĩa bị mắc lưới vào trong chủ nghĩa hiện đại, điều đó có gì đáng quan tâm đâu, bởi vì dù thế nào chăng nữa, chúng ta cũng đang bắt đầu một chu kỳ khác, và thơ hay mọi ngành nghệ thuật, đứng trước một thách đố. Tái diễn hay lặp lại, ảo hay thật, vắng mặt hay có mặt, tất cả cũng đều nằm trong cái toàn cảnh của hiện thực. Nếu cho đến tận cùng, thơ là vô ngôn đi thì cho đến tận cùng của đời sống là trả lời cho bằng được sự hiện hữu trong cơn lốc của thế kỷ mà chúng ta sắp bị thổi bay đi. Có lẽ đó là câu hỏi chẳng bao giờ có câu trả lời thích đáng.

Mùa Đông 1998

How to create a different tradition? But what is different when, in the new, there is the old; when, in the present, there are already other presents? Found objects, things captured from reality (the present), and other things wake us from the amnesiac zone of the illusory world, stripping naked the irrational and returning us to the original form, from which our journey begin. And how shall we begin, within the metempsychosis* or beyond the metempsychosis? All things are indeterminate because the boundaries of differences have been erased. We are forced into the game, living falsely and dying falsely between the two shores (frustratingly, both shores are illusory), so isn't it true that, in such a painfully rare moment of awakening, poetry once again emerges? Even if it is treated as a misbehaving child or as toxic elements, like so many scapegoats, it is still an effective means to cure the epidemic; poetry was pushed onto a path with no way out.

(*metempsychosis = the passing of the soul at death into another body, either human or animal)

Our era certainly is not an era of finding ways to conquer reality or to escape from it, but to recognize it. And if we say that post-modernism is an ideology which has been netted within modernism, that should not give rise to any concern because, even if that is the case, we are beginning a new cycle, and poetry, like other artistic fields, is confronted with challenges. To repeat or have happen again, illusory or real, absent or present – all lie within the overall reality. If, to its end, poetry is wordless, then, to its end, life's purpose is to answer the question of existence amidst the storm of the century, which is about to sweep us away. That is the question for which there can be no satisfactory answer.

The Winter of 1998

Chú thích

1. Introducing Postmodernism, by Richard Appiggnanesi and Chris Garratt, Totem Books, 1997.

2. Thời kỳ hiện đại bắt đầu từ khoảng 1890-1900, có nghĩa là cái khoảng bắt đầu ấy chừng 10 năm, nhưng thật ra, nó đã manh nha gần một thế kỷ trước.

3. Derrida, by Jim Powell, Writers and Readers Publishing, Inc, 1997.

4. Thuật ngữ hậu hiện đại xuất hiện vào đầu thập niên ‘50, nhưng những thay đổi về văn chương luôn luôn gắn liền với những thay đổi về xã hội. Như vậy có thể coi như từ thập niên ‘50 đến ‘80 chỉ là thời kỳ manh nha của chủ nghĩa này. Nếu so sánh thời kỳ manh nha của chủ nghĩa hiện đại kéo dài gần một thế kỷ, thì tại sao thời kỳ hậu hiện đại lại chưa đến nửa thế kỷ? Có lẽ vì cuộc cách mạng điện toán xảy ra quá nhanh hơn là cuộc cách mạng kỹ nghệ cách đấy hai thế kỷ. Một lý do nữa là sự sụp đổ của Liên Xô cũ cũng xảy ra quá nhanh (1989), chấm dứt cuộc chiến tranh lạnh kéo dài gần ba phần tư thế kỷ. Hai sự kiện nổi bật trên, chính thức đưa nhân loại tới một thời kỳ khác. Và có lẽ từ thập niên ’90 tới năm 2000, chúng ta mới nhìn thấy rõ những bước đi tới của chủ nghĩa hậu hiện đại.

5. Vào lúc 3 giờ 32 phút trưa ngày 15 tháng 7 năm 1972, tòa nhà The Pruitt-Igoe thuộc chương trình phát triển gia cư ở St. Louis, tiểu bang Missouri, một dự án đã được giải thưởng xây cất chỗ ở cho những người có lợi thức thấp, bị phá sập vì không thể ở được. Kiến trúc sư Charles Jencks, nhân dịp này tuyên bố đây là ngày mở đầu của chủ nghĩa hậu hiện đại, phong cách quốc tế của chủ nghĩa hiện đại đã chết.

Footnotes

1. Introducing Postmodernism, by Richard Appiggnanesi and Chris Garratt, Totem Books, 1997.

2. The modern era began around 1890-1900, meaning that the beginning is approximately within 10 years time, but it had actually been intimated a century early.

3. Derrida, by Jim Powell, Writers and Readers Publishing, Inc, 1997.

4. The post-modern term had emerged at the beginning of the 1950's, but literary changes have always been tied to social changes. Therefore, it could be viewed that, from the 1950s to the 1980s, these ideological tendencies had only been incubated. In comparison, the incubation period for modernism lasted almost a century, so why has the post-modern era not lasted even half a century? Perhaps it is because the information revolution happened much faster than the industrial revolution two centuries ago. Another reason is that the collapse of the former Soviet Union happened too fast (1989), ending the Cold War, which lasted almost three-quarters of a century. The spectacular events mentioned above officially took humanity to another era. So it wasn't until the 1990s and beyond 2000 that we have begun to see clearly the progressive steps of post-modernism.

5. On July 15, 1972, the Pruitt-Igoe building, a part of a housing development of St. Louis, Missouri, a project which had received an architectural award for low-income housing, was demolished because it was not habitable. The architect, Charles Jencks, had proclaimed on this occasion that the post-modern era had begun, that international modernism had died.

BÌNH LUẬN

Bình Luận Về Thơ Khác

Alexander Kotowske

Trong khoảng vô số giờ phút thú vị tôi chúi mũi vào một tập thơ hoặc văn, có những lúc tôi ngẩng đầu khỏi cuốn sách hoặc ngước mắt khỏi dòng chảy nhịp nhàng của bài thơ, và tự đặt một câu hỏi mà nó đòi được giải đáp: điều gì đã buộc tôi tiếp tục; điều gì hiện hữu bên trong bài thơ khiến đôi mắt khát khao của tôi dán chặt vào những dòng dưỡng chất, năm này qua năm khác? Có vài lý do ùa vào tâm trí, tất cả chúng đều quan trọng và xác thực như nhau, trừ một lý do, chừng như đứng ở vị trí cao hơn cả. Đó là khi những dòng thơ nối kết tôi với Cái Tôi đã mất của tôi, cái tôi lang thang, và điều này đánh thức tâm hồn giữa lòng thế giới hỗn độn quá thiên về chủ nghĩa vật chất này, nhắc nhở tôi rằng tôi sở hữu được cái gì đó vốn là phi vật chất; rồi thì dường như tôi nhớ được tại sao tôi yêu thơ, bởi vì thơ đã nhớ tới tôi, cái tôi vĩnh hằng bị giấu kín. Và khi tôi tình cờ gặp được một bài thơ hoặc một tập thơ giữ lại được yếu tố phi thời gian, vô giá và, tôi lấy làm tiếc phải nói rằng đó còn là yếu tố hiếm hoi trong thế giới viết văn làm thơ đương đại của chúng ta, sau đó thì tôi biết tôi đã tình cờ gặp được một cái gì đó lớn lao.

Của Khế Iêm: thơ tỏ lộ sự thấu hiểu thật sâu sắc, những tiểu luận kích động tư duy, và đặc biệt là tuyển tập thơ song ngữ đầu tiên và gần đây nhất được đặt tên là Thơ Khác; tất cả là một gương mẫu quí giá về sự lớn lao mà tôi xin trân trọng để

REVIEW

Review of Other Poetry

Alexander Kotowske

During the countless pleasant hours that I have spent with my nose buried in a book of poetry or literature, there are occasions when I lift my head from the book or raise my eyes from the rhythmic flow of the poem, and ask myself a question that begs to be answered: what is it that compels me to continue; what exists within poetry that keeps my hungry eyes fixed to the alimental lines, year after year? Several reasons rush to mind, and they are all equally important and true, except one, which seems to stand superior to them all. This is when the lines of poetry connect me to my lost Self, the wandering I, and awakens the soul amidst this chaotic world that is consumed with materialism, reminding me that I possess what is immaterial; then I seem to remember why I love poetry, because poetry has remembered me, the hidden eternal me. And when I stumble upon a piece or book of poetry that withholds this timeless, priceless and, I regretfully say, within our contemporary world's writing and poetry, rare element, then I know that I have stumbled upon something great.

The deeply insightful poetry and lofty, thought-provoking essays of Khe Iem, and especially his latest debut collection of bi-lingual poetry entitled Other Poetry, are a golden example of this greatness which I speak of so highly. Once nói thế. Ngay sau khi người đọc có thể rời mắt khỏi sự phối hợp và nhịp điệu đẹp đẽ của những họa tiết trên bìa sách, để đắm chìm nơi miền sâu thẳm của những bài thơ của Khế Iêm, họ có thể thấy rằng những bài thơ của ông, một cách khả ái, chúng giản dị, uyển chuyển, biểu đạt rõ ràng, và sâu sắc; và chúng chẳng thể dẫn họ theo hướng nào khác ngoài hướng đi vào bên trong, và hướng tới một sự thấu hiểu sáng suốt hơn về thực tại của chính họ. Trong khi chúng ta bước chậm rãi xuyên qua mê cung những ý nghĩ lấp lánh sắc thái của sự quan sát nội tâm đan quyện vào nhau qua suốt những bài thơ của Khế Iêm, thì chúng ta bắt đầu đặt câu hỏi về thực tại của thời gian, về thực tại của không gian, và về đời sống mà chúng ta coi như thực tại của chúng ta. Đôi khi một bài thơ thật trang nghiêm lại kết thúc bằng một cảm giác đột ngột về sự cô độc cực kì, như thể chỉ những điều để biết, để cảm nhận, nối kết chúng ta với thực tại của chúng ta, mới là những cảm xúc gào thét bên trong ta. Và rồi, trong những khoảnh khắc đó, khi Khế Iêm để mặc chúng ta tự hỏi chúng ta nên đi đâu, thì ông bắt đầu vẫy chào tạm biệt một ảo tưởng khác, khi ông đứng bên đây đường, nóng lòng từ biệt niềm xúc cảm buồn rầu đã cứng đọng lại, nhưng nó vẫn kiên trì trụ ở bên kia đường; và dù ông có thể thốt lời "buồn ơi, tạm biệt, buồn ơi" trong khi vẫy tay chào, thế nhưng ông không thể dứt khỏi người bạn thân thiết ấy mà ông từng giữ trong lòng và "nuôi dưỡng" đã quá lâu. Những bài thơ nhiều lần nhắc nhở chúng ta về tính tạm bợ của cuộc sống chúng ta, và về vài sợi dây mỏng manh ít ỏi ràng buộc chúng ta với nó, nhưng chính từ cuộc hiện hữu chừng như trần thế đó lại tuôn trào những từ thật táo bạo trong bài thơ *Chuyện Đời Anh,* "Những cái chết chưa bao giờ có thật những cái chết chưa bao giờ xảy ra". Điều bí ẩn mỉa mai này mà ông đề xướng chừng như giải phóng chúng ta một cách huyền nhiệm khỏi the readers are able to remove their eyes from the beautiful interplay and rhythm of the designs which cover the surface of this book, and to dive into the deep of Khe Iem's poems, they may find that his endearingly simple, fluid, articulate and profound poems may lead them in no other direction then into themselves, and towards a more lucid understating of their own reality. As we slowly step through the labyrinth of introspection-sparking thoughts intertwined throughout Khe Iem's poems, we begin to question the reality of time, the reality of space, and the life we consider our reality. At times, a solemn poem ends with a sudden feeling of sublime loneliness, as if the only things to know, to feel, linking us to our reality, are the emotions roaring within. And then, in these moments when Khe Iem leaves us wondering where we should go, he begins to wave goodbye to another illusion, as he stands upon the opposite side of the street, longing to say goodbye to the immovable emotion of sadness, but it remains steadfast on the other side of the street; and, although he may say, while waving his hand, "sadness, goodbye, oh, sadness," he cannot part from a close friend he kept within and "nurtured" for so long. The poems repeatedly remind us of the transitory nature of our life, and of the few thin strings that connect us to it, but bursting forth from this seemingly temporal existence come the bold words within the poem *The Story of Your Life*, "Deaths that have never been real deaths they have never occurred". This ironic enigma which he proposes seems to mysteriously free us from the needless những âu lo vô ích về cái không biết. Dường như ông muốn nói rằng còn có nhiều điều cần biết hơn là chỉ riêng cuộc sống và cuộc hiện hữu này, vì thế đừng quá bám chặt lấy nó, tốt hơn hãy thả lỏng bàn tay nắm chặt nó do sợ hãi, để buông trôi vào vĩnh cửu, vì bạn đã sống ở bên trong vĩnh cửu rồi. Trong bài thơ Tức Cảnh, một cách thích thú người đọc sống trọn một ngày thư giãn với cà-phê và tiếng chim hót mà ông nói tới, và cái bóng thoáng hiện của đám mây trôi qua chừng như nhắc nhở chúng ta về cuộc đời phù du nhưng đẹp đẽ của chúng ta, và đúng vào lúc người đọc nghĩ rằng mình biết được điều gì đang xảy tới hoặc biết được điều có thể được ám chỉ, thì Khế Iêm lại kết thúc bài thơ bằng câu "cũng không có gì … cả như bóng mây." Cái tính chất đôi khi hàm hồ và mỉa mai mà nó là đặc trưng của một số bài thơ của Khế Iêm có lẽ là một trong những yếu tố thú vị nhất và duy nhất của thơ ông. Những bài thơ này cho phép người đọc bắt đầu hiểu rõ được cái thế giới mà ông trình ra và tính phân cực của những gì có thể là chân lí, và dành cho người đọc vai trò của người quyết định tối hậu về quan điểm của họ về thực tại.

Trong khi tôi đọc những bài thơ đó, và đọc lại chúng một cách thú vị, tôi không ngừng nhận ra niềm hối thúc phải đọc lớn lên, và mặc dầu chúng được dịch từ tiếng Việt qua tiếng Anh, tôi vẫn nghe ra được một bài hát phổ biến trôi qua đầu lưỡi, một bài hát được nhận ra là không thuộc một ngôn ngữ từng được biết nào. Những dòng thơ tuôn chảy vừa lặng lẽ vừa hùng hồn. Những bài thơ không bị câu thúc và không bị lây nhiễm cái bệnh dịch của người viết hiện đại, đó là sự giả trá. Khế Iêm cho thấy tinh thần khiêm tốn nồng hậu và đầu óc sáng suốt của ông trong những dòng thơ đó, và chúng ta bắt đầu cảm thấy quen thuộc với nhà thơ cũng như với những bài thơ của ông khi chúng trôi xuôi theo dòng sông worries of the unknown. He seems to say that there is more than life and this existence to be known, so do not cling too tightly to it, rather release the fearfully clenched grip and drift into the everlasting, for you already live within it. In the poem, On the Spur of the Moment, the reader pleasantly absorbs a relaxing day of coffee and the song of birds he speaks of, and the fugacious shade of a passing cloud seems to remind us of our fleeting but beautiful life, and just as the reader thinks that he knows what's coming or what may have been implied, Khe Iem concludes the poem with, "but nothing comes of it... not even cloud shadows." The sometimes ambivalent and ironic nature which characterize some of the poems is perhaps one of the most interesting and unique elements of his poetry. They allow the reader to come to grips with the world he presents and the polarity of the possible truths, leaving the reader the ultimate decider of their own view upon reality.

As I read and enjoyably re-read the poems, I continually find the urge to read them aloud, and although they are translated from Vietnamese into English, I hear a universal song float off my tongue, which is recognized as no known language. The lines flow both quietly and eloquently. The poems are uninhibited and uninfected with the plague of the modern writing man, pretense. Khe Iem has borne his warm modest spirit and insightful mind within these lines, and we begin to feel acquainted with the poet as well as his poems as they drift along the rhythmic river of his wise thought. There are chảy nhịp nhàng của tư duy thông tuệ của ông. Có những lúc trong khi đang đọc *Thơ Khác,* những người đọc nào cực kì tập trung đầu óc và hướng sự tập trung đó vào bên trong con người mình, về những gì được viết ra, thì những người đọc đó sẽ tìm được cảm giác an nhiên khuây khỏa trong sự tĩnh lặng của tư duy của Khế Iêm. Trong một bài thơ như bài *Con Chim Chết*, sự nghiêm ngặt của thời gian và sự không tránh khỏi của cái chết dường như trôi đi mất, như con chim từng một thời đẹp đẽ và sinh động giờ sa xuống cái chết trên bức tranh vải sơn dầu bất tử cho "ngàn đời sau", và rồi, trong vòng cái chu kì lộng lẫy này mà chúng ta gọi là cuộc đời, con chim đó có thể trở lại với sự sống chừng nào mà những gì là đẹp trong thế giới vẫn tiếp tục tồn tại. Mặc dù toàn bộ chuyện này có thể xem ra rất rối rắm, với những cuộc sống tươi đẹp của chúng ta và những cái chết không tránh khỏi, và với tất cả những câu hỏi không thể trả lời được mà chúng bao quanh nó, thì Khế Iêm để chúng ta ở lại trong một trạng thái nguôi ngoai không sao tả xiết, khi ông điềm tĩnh nói, "hỡi cuộc đời nhập nhằng nhập nhằng mãi ơi, xin chào từ biệt mi." Chúng ta nghe thấy những lời lẽ của một người đã thực sự giải hòa được với cái không biết, và người đó chừng như không còn sống trong sự sợ hãi nữa, mà mỉm cười trước sự huyền bí đẹp đẽ bao quanh cuộc hiện hữu của chúng ta.

Có những câu hỏi tinh tế bên trong những bài thơ; những câu hỏi xưa cũ khiến tôi tự hỏi, "Làm sao tôi có thể đòi quyền hiện hữu nếu tôi không biết thực sự thì hiện hữu nghĩa là gì?" Và rồi một bài thơ khác xuất hiện sau đó để đập tan mối hoài nghi của tôi bằng câu hỏi và câu trả lời khôn khéo "ai là tôi", và một giọng nói đáp lại bằng một sự thật hầu như có hàm ý một cách châm chọc, "tôi là ai". Khế Iêm không cần phải trình bày cặn kẽ những giải thích chi li về những sự thật mà times while reading *Other Poetry* that the readers who focus deeply and inwardly on what is written will find a consoling sense of serenity in the quietude of Khe Iem's thought. In such a poem as *A Dead Bird,* the rigidity of time and inevitableness of death seem to float away, as the bird which was once beautiful and living descends in death upon the immortal canvas for "a thousand generations," and then, within this magnificent cycle we call life, it then can return to the living as long as what is beautiful in the world remains. Although this all may seem very perplexing, with our beautiful lives and unavoidable deaths, and all the unanswerable questions which surround it, Khe Iem leaves us in a state of indescribable solace, as he calmly says, "no matter what, life continues to be unexplainable confusion, goodbye." We hear the words of a man who has truly made peace with what is unknown, and seems to live no longer in fear, but smiles at the beautiful mystery wrapped around our existence.

There are subtle questions within the poems; age-old questions that cause me to ask myself, "How can I claim to exist if I don't know what it truly means to exist?" And then another poem comes along later to demolish my doubt with the clever question and answer "who am I," and a voice returns with the almost sarcastically implied truth,"i am who." Khe Iem does not need to state elaborately detailed explanations ông ngụ ý. Ông chỉ đề xuất một điều có thể là sự thật, và để cho người đọc thâm trầm đưa ra quyết định sau cùng. Thơ Khác của Khế Iêm là một cái giếng sâu thẳm của thứ minh triết cực kì đơn giản. Người đọc được mời uống một ly tư duy của ông, và để thấy điều có thể được làm nguôi ngoai bên trong cái ly đó. Tôi chắc rằng người đọc sẽ không trở nên khát. Dù chủ đề bài thơ là đề tài về sự khổ đau vốn đòi hỏi sự tinh tế, hoặc là một cô gái da đen xinh đẹp không thể làm khô cạn nỗi buồn làm ướt sũng đôi mắt cô do nỗi sầu khổ tuôn tràn của một cuộc đời khác; dù là một bài thơ xục xạo vào mọi ngõ ngách của thực tại và ướm thử những phối cảnh của một vật tầm thường như chiếc ghế, thì một dòng êm ả của những ý nghĩ lặng lẽ và an nhiên chừng như tuôn chảy xuyên suốt tất cả những bài thơ, và để người đọc ở lại trong sự an bình vô giá của tâm trí khi trang thơ cuối cùng được gấp lại.

Phạm Kiều Tùng dịch

of the truths he so cleverly purports. He merely propounds a possible truth, and leaves the thoughtful reader to make the final decision. Khe Iem's Other Poetry is an abysmal well of simplistic wisdom. The readers are invited to take a drink of his thought, and to see what may be found quenching within it. I am sure the readers will not go thirsty. Whether the subject is the delicate topic of suffering or a beautiful dark skinned girl who cannot dry the sadness that has soaked into her eyes from the spilled grief of another's life; whether it's a poem that pokes around the reality and tries on the different perspectives of an object as mundane as a chair, a calm current of tranquil and serene thoughts seem to flow throughout all the poems, and leaves the reader in a priceless peace of mind as the final page is turned.

LỜI BÌNH

Đó là một quan niệm tuyệt vời, và là một đóng góp quan trọng đối với văn học thế giới. Có lẽ ý tưởng xưa về nền "cộng hòa văn chương" có thể nổi lên lần nữa trong thời đại nơi tất cả đều nhận ra tính nhân bản chung của chúng ta và tìm kiếm cho văn học nghệ thuật một nền tảng đúng hơn, vì sự đồng cảm hơn là hệ tư tưởng.

Nhà thơ & học giả Frederick Turner

Bài "Những Chiếc Ghế" thách thức cái giả định rằng chiếc ghế là chiếc ghế, liệt kê một loạt những gì mà một chiếc ghế có thể là, hoặc có thể không là, hoặc là, hoặc không là, hoặc khác với những chiếc ghế khác, về cơ bản đã kết luận rằng chúng ta không biết gì cả về những chiếc ghế, và không thể biết, không biết chút gì về bất cứ thứ gì, và không thể biết …

Một trong những bài thơ, "Giữa Ai Và Ai," bắt đầu:

Thật ra thật ra thật ra tôi không
biết bắt đầu như thế nào, từ khi
nhận ra khoảng cách giữa chiếc ghế không
ai ngồi và chiếc ghế tôi đang ngồi,

COMMENTS

It is a splendid concept, and an important contribution to world literature. Perhaps the old idea of the "republic of letters" can rise again in an age where we are all recognizing our common humanity and finding literature and art a better basis for communion than ideology.

Poet & scholar Frederick Turner

"Chairs," challenges the assumption that a chair is a chair, cataloging a series of things one chair might be, or might not be, or is, or isn't, or is different from chairs, concluding essentially that we know nothing at all about chairs, and cannot; nothing at all about anything, and cannot ...

One of the poems, "Between Who and Who," begins

The truth is, the truth is, the truth
is i don't know how to begin,
since i acknowledged the space be-
tween the unoccupied chair and

mà chiếc ghế không ai ngồi, tôi cũng
đã từng ngồi và chiếc ghế tôi đang
ngồi, có lúc tôi đã không ngồi …

Điều này cho bạn thấy quan điểm của Khế Iêm về những khía cạnh mâu thuẫn và khó nắm bắt của thực tại, và ở vài mức độ, làm sao chúng tác động lên những mối quan hệ cá nhân. Trong khi diện mạo những bài thơ thì trong sáng và đơn giản, nhưng những mối quan tâm của ông lại phức tạp.

Nhiều bài thơ ý nghĩa trùm lấp lên nhau như những lớp ngói, nhiều hơn hết thảy những bài thơ nếu đọc riêng lẻ. Chúng phản ánh điều đáng suy nghĩ thuộc trải nghiệm về hai văn hóa, "ai và ai" là một người, hai người, hoặc là một lỗ hổng – lỗ hổng tha hương, lỗ hổng giữa tất cả chúng ta và thế giới trong đó chúng ta tìm – và không tìm – chính chúng ta.

Nhà thơ Tom Riordan

the chair i am sitting in, but
i had sat in the unoccu-
pied chair before...

This gives you an idea of Khế Iêm's interest in the elusive and/or contradictory aspects of reality, and to some degree, how they impact personal relationships. While the faces of his poems are clear and simple to read, his concerns are complex.

Many of the poems overlap like shingles, more than the sum of their parts. They reflect something of the experience of being bicultural, the "who and who" being one person, two people, or a gap – the expatriate's gap, and the gap between all of us and the world in which we find – and don't find – ourselves.

Poet Tom Riordan

TIỂU SỬ

Richard H. Sindt

Nhà tham vấn Anh ngữ.

Richard H. Sindt quan tâm mạnh mẽ tới Việt Nam. Ông đã sống tại Việt Nam trong thời chiến tranh – năm 1967 và 1969 – 1970, phục vụ như một người vẽ bản đồ trong quân đội Mỹ. Ông đã đến thăm Việt Nam trong vòng 1 tháng (năm 1997) – đi từ Hà Nội đến thành phố Hồ Chí Minh. Ông chuyển tới ở Việt Nam năm 1999, và dạy Anh ngữ 2 năm rưỡi. Ông đã viết rất nhiều bài viết và tiểu luận về Việt Nam. Ông dự định trở lại Việt Nam lần nữa , dạy tiếng anh và viết thêm về Việt Nam. Richard H. Sindt sinh ra và lớn lên ở Boulder, Colorado. Ông có bằng cử nhân về địa lý ở đại học tiểu bang Arizona. Ông hiện sống ở Quận Cam, California, và là một nhà tham vấn về Anh ngữ.

BIOGRAPHY

Richard H. Sindt

English language consultant
Richard H. Sindt has a strong interest in Việt Nam. He lived in Việt Nam during the War – in 1967 and in 1969-1970, serving as a mapmaker in the US Army. He visited Việt Nam for a month in 1997 – traveling from Hà Nội to Hồ Chí Minh City. He moved to Việt Nam in 1999, and taught English for 2&1/2 years. He has written numerous letters and essays about Việt Nam. He plans to return to Việt Nam again to teach English and to write more about Việt Nam. Richard H. Sindt was born and raised in Boulder, Colorado. He earned a BS degree in Geography at Arizona State University. He currently lives in Orange County, California, and is an English language consultant.

DoVinh

Ông sinh năm 1968 ở Miền Trung Việ Nam. Ông cùng với gia đình đến Mỹ vào năm 1975, và theo học ở đại học Washington, nơi ông tốt nghiệp bằng cử nhân Khoa học Chính trị. Ông họat động trong lãnh vực văn học ở Pacific Northwest vào giữa thập niên 1980 cho đến đầu thập niên 1990, thường xuyên tham dự những buổi đọc thơ và xuất hiện ở Bumbershoot trong những buổi đọc và trình diễn thơ trước máy vi âm. Trong thời gian này ông đã đăng những bài viết trên *Sam Hamill, William Stafford, Nelson Bentley, Raymond Carver* và *Eric Scigliano.* Thơ và bài viết của ông đã xuất hiện trên *Tiên Rồng, The New Asian Journal, The Seattle Weekly, The Vietnam Forum of the Yale University,* và *Tạp chí Thơ.* Ông đã tham dự những buổi đọc thơ tại World Beyond Festival, Beyond Baroque và LA Poetry Festival trong mục những nhà thơ mới liên tiếp trong 2 năm 2001 và 2002.

DoVinh

He was born 1968 in the Central Highlands of Việt Nam. He immigrated with his family to the United States in 1975, and studied at the University of Washington, where he earned his Bachelor's degree in Political Science. He became active in the literary circles of the Pacific Northwest in the mid-1980's through the early 1990's, regularly attending Red Sky Poetry readings and appearing at Bumbershoot open mikes. During this time, Dovinh was exposed to the writings on *Sam Hamill, William Stafford, Nelson Bentley, Raymond Carver* and Eric Scigliano. His poetry and writings have appeared in *Tiên Rồng, The New Asian Journal, The Seattle Weekly, The Vietnam Forum of the Yale University,* and *Tạp chí Thơ* (Journal of Poetry). He gave readings at World Beyond Festival, Beyond Baroque and LA Poetry Festival as part of their Newer Poets series in 2001 and 2002.

Khế Iêm

(Tên thật: Lê Văn Đức)
Ông sinh năm 1946 (giấy khai sinh ghi năm 1947) tại Lê xá, Vụ Bản, Nam Định, Việt Nam. Ông sáng lập và chủ biên Tạp Chí Thơ (1994-2004), chủ biên tạp chí online câu lạc Bộ Thơ Tân Hình Thức (www.thotanhinhthuc.org) từ năm 2004. Những bài thơ dịch của ông xuất hiện trên *Xconnect* (bộ III, số II), *Literary Review* (số Mùa Đông 2000) và *The Writers Post*. Tiểu luận của ông xuất hiện trên *The Writers Post.* Ông đã xuất bản *Hột Huyết,* kịch; 1972, *Thanh Xuân,* thơ, 1992; *Dấu Quê,* thơ, 1996; *Thời của Quá Khứ,* truyện, 1996; *Tân Hình Thức, Tứ Khúc Và Những Tiểu Luận Khác,* tiểu luận, 2003.

Tiểu luận "Thơ Việt Trên Đường Biến Đổi" được trình bày ở Hội nghị thứ 56 của Hiệp Hội Nghiên Cứu Á Châu ngày 4 tháng Ba năm 2004, San Diego, California. (Chủ đề chính của cuộc hội thảo: Thơ, cửa sổ qua lịch sử và biến đổi ở vùng Đông Nam Á). [http://www.asian-studies.org/absts/2004abst/Southeast/se-toc.htm]

Ông đã biên tập hai tuyển tập thơ song ngữ Anh Việt, *Thơ Không Vần* (Blank Verse, 2006) và *Thơ Kể* (Poetry Narrates 2010); cả hai đều là thơ Tân Hình thức Việt. Tác phẩm thơ song ngữ của ông: "Thơ Khác".

Ông đã giới thiệu với người đọc Việt: Những phong trào Tiền Phong Mỹ, Thơ tân Hình Thức và thơ trình diễn Slam; những nhà thơ Mỹ Alden Marin, Frederick Feirstein, Frederick Turner, Michael Lee Johnson, Rick Stansberger, Stephen John Kalinich, Tom Riordan; nhà thơ Anh James Murphy, Paul Henry và nhà thơ Úc Phillip A. Ellis.

Khế Iêm

(True name: Lê Văn Đức)
He was born in Lê xá, Vụ Bản, Nam Định, North Việt Nam, in 1946 (birth certificate shows 1947). Founder and editor in chief of Tạp Chí Thơ (Journal of Poetry from 1994 to 2004), Editor of online Journal for New Formalism Poetry Club, www.thotan-hinhthuc.org, since 2004. His translated poems have appeared in *Xconnect* (volume III, Issue II), *Literary Review* (Winter 2000) and *The Writers Post*. His essays have appeared in The Writers Post. He has published *Hột Huyết* (Blood Seed) play, 1972, *Thanh Xuân* (Youth) poetry, 1992, *Dấu Quê* (Vestiges of the Homeland), poetry, 1996, *Thời của Quá khứ* (A Time Past), stories, 1996, *Tân Hình Thức, Tứ Khúc Và Những Tiểu Luận Khác* (New Formalism, four quartets, and other essays), 2003.

The essay "Contemporary Vietnamese Poetry: On the Path of Transformation" was his presentation given at the 56th Conference of the Association for Asian Studies (AAS), on March 4, 2004 in San Diego, California. ("Poetry as a Window on History and Change in Southeast Asia" is the main topic of the Panel.) [http://www.asian-studies.org/absts/2004abst/Southeast/se-toc.htm]

He has edited *Blank Verse* (2006) and *Poetry Narrates* (2010); both are *Vietnamese New Formalism Poetry. His collection of poems,* a bilingual edition, is "Other Poetry".

He has introduced to Vietnamese readers: American avant guard movements, New Formalism Poetry and Slam Poetry; American poets Alden Marin, Frederick Feirstein, Frederick Turner, Michael Lee Johnson, Rick Stansberger, Stephen John Kalinich, Tom Riordan; English poets James Murphy, Paul Henry and Australian poet Phillip A. Ellis.

Frederick Feirstein

Frederick Feirstein là kịch tác gia, đã có cả mươi mười hai vở được diễn ở New York. Vở kịch đầu tiên của ông, SIMON AND THE SHOESHINE BOY (Simon Và Cậu Bé Đánh Giày) được dàn dựng lần đầu tại Trung Tâm Kịch Nghệ Chelsea. Vở thứ hai của ông, THE FAMILY CIRCLE (Trong Vòng Gia Đình) được dàn dựng lần đầu tại Provincetown Playhouse (New York), và sau đó được ấn hành trong loạt sách Modern Classics Series ở Luân-đôn (nhà xuất bản Davis-Poynter/Harper Collins). Ông còn viết lời thoại và lời nhạc cho ba vở nhạc kịch: THE CHILDREN'S REVOLT (Sự Nổi Loạn Của Những Đứa Trẻ) trong đó ông là đạo diễn và vai chính được trao cho Willem Dafoe, MASQUERADE (Dạ Hội Hóa Trang), là vở đoạt giải Audrey Wood Playwriting Award, và vở HEROISM (Anh Hùng Tính), nhạc của William Harper, được đưa lên sân khấu lần đầu tại Raw Space (New York) bởi Chicago's ARTCO năm 2001.

Ông cũng viết kịch bản phim và truyền hình. Ông đã viết TWO FOR ONE (Hai Cho Một) và STREET MUSIC (Nhạc Đường Phố) cho hãng phim David Da Silva (FAME), G. I. DIARY cho CBS, SATURDAY NIGHT LIVE với Philip Magdaleny, và buổi ban ngày với Doris Frankel và Doug Marland.

Frederick Feirstein đã cho xuất bản tám tập thơ. Tập thơ đầu tay, SURVIVORS (Những Người Sống Sót), được Hiệp Hội Thư Viện Mỹ bình chọn là một trong hai cuốn sách xuất sắc (outstanding books) trong năm. Tập thơ thứ hai của ông, MANHATTAN CARNIVAL: A DRAMATIC MONOLOGUE (Lễ Hội Manhattan: Độc Thoại Kịch) lọt vào vòng chung kết Giải Pulitzer và được đưa lên sân khấu tại New York, Cambridge, và Los Angeles. Tập thơ thứ tư và thứ sáu của ông, FAMILY HISTORY (Câu Chuyện Gia Đình), và ENDING THE TWENTIETH CENTURY (Chấm Dứt Thế Kỉ Hai Mươi) đoạt giải QUARTERLY REVIEW OF LITERATURE. Tập thứ năm, CITY LIFE (Cuộc Sống Thành Thị) được

Frederick Feirstein

Frederick Feirstein is a playwright with a dozen New York productions. His first play SIMON AND THE SHOESHINE BOY was first produced at the Chelsea Theater Center. His second play THE FAMILY CIRCLE, was first produced at the Provincetown Playhouse (New York), and subsequently published in the Modern Classics Series in London (Davis-Poynter/Harper Collins). He has written the book and lyrics for three musical dramas: THE CHILDREN'S REVOLT, (which he directed starring Willem Dafoe), MASQUERADE, which won an Audrey Wood Playwriting Award, and HEROISM (music by William Harper), first staged at the Raw Space (New York) by Chicago's ARTCO in 2001.

He also writes for film and television. He wrote TWO FOR ONE and STREET MUSIC for David Da Silva films (FAME), G.I. DIARY for CBS, SATURDAY NIGHT LIVE with Philip Magdaleny, and DAYTIME with Doris Frankel and Doug Marland.

Frederick Feirstein has had eight books of poetry published. His first, SURVIVORS, was selected as one of the two Outstanding Books of the year by the American Library Association. His second, MANHATTAN CARNIVAL: A DRAMATIC MONOLOGUE, was a Pulitzer Prize finalist and performed on stage in New York, Cambridge, and Los Angeles. His fourth and sixth books, FAMILY HISTORY, and ENDING THE TWENTIETH CENTURY, won the QUARTERLY REVIEW OF LITERATURE'S international prizes. His fifth, CITY LIFE, was a Pulitzer nominee.

đề cử Giải Pulitzer. Tập thứ bảy NEW AND SELECTED POEMS (Thơ Mới Và Thơ Tuyển) ấn hành năm 1998. Tập thứ tám của ông, FALLOUT (Bụi Phóng Xạ) ấn hành năm 2009.

Ông đã đoạt được những giải thưởng văn học sau đây: Giải thưởng Thơ của Guggenheim Fellowship, Giải thưởng Thơ của Society of America's John Masefield, Giải thưởng Thơ của England's Arvon, và Giải dành cho Kịch nghệ của Rockefeller Foundation's OADR.

Ông là người đồng sáng lập phong trào Expansive Poetry và là người tạo ra chương trình đọc sách của nhà Barnes & Noble.

Tiểu sử của ông được ghi trong Dictionary of Literary Biography và tiểu sử tự thuật của ông được ghi trong Contemporary Authors Autobiography Series.

His seventh, NEW AND SELECTED POEMS, was published in 1998. His eighth, FALLOUT, was published in 2009.

Among his literary awards are a Guggenheim Fellowship in Poetry, the Poetry Society of America's John Masefield Award, England's Arvon Prize for Poetry, and the Rockefeller Foundation's OADR Award For Playwriting.

He was co-founder of the Expansive Poetry movement and originated the Barnes & Noble reading series.

His biography is in the Dictionary of Literary Biography, and his autobiography is in the Contemporary Authors Autobiography Series.

Từ Điển Tiểu Sử Văn Học, về Frederick Feirstein

Là một trong những người sáng lập phong trào thơ Expansive (Mở Rộng / Chan Hòa), Frederick Feirstein đã bênh vực mạnh mẽ việc tái lập thơ hình thức, thơ tường thuật, và thơ trào phúng trong thi ca Mỹ – ông cảm nhận rằng đó chính là cách chữa trị nhằm đưa thơ trở lại với mọi người và dứt thơ ra khỏi không khí học thuật ngột ngạt ở đó thơ đã héo mòn, chỉ qui chiếu về chính nó, trong suốt nửa thế kỉ vừa qua. Những thi phẩm của ông tập trung vào vẻ đẹp và nét bạo tàn hậu hiện đại của New York City, thành phố quê hương của ông, vào khuynh hướng tính dục đầy ám ảnh của ngành tâm phân học theo phong cách New York cổ điển, và vào vấn đề Do Thái tính trong đồng nhất tính Mỹ. Ý thức căm phẫn nơi ông đã khiến thơ ông tách biệt hẳn với thơ của những đồng nghiệp trong giới học thuật của ông, là những người trầm tĩnh hơn, hướng vào nội tâm nhiều hơn, trong phong trào Thơ Tân Hình Thức. Thực vậy, dù ông được những người trong phong trào xem là một trong những nhà thơ Mỹ quan trọng nhất và độc sáng nhất của phong trào Thơ Tân Hình Thức, nhưng Feirstein kịch liệt bác bỏ uy thế của từ này trên mục tiêu rộng lớn hơn của thơ Expansive. Feirstein, và những người sáng lập trước đây của phong trào thơ Expansive như Dick Allen, Frederick Turner, và Wade Newman, thích dùng từ "expansive" để mô tả loại thơ mới đầy sức sống mãnh liệt, không chỉ sử dụng những thể thơ truyền thống như thể xo-nê [thơ 14 câu, mỗi câu 10 âm tiết] và thể anh hùng ca dưới dạng những cặp vần với nhau, mà còn khuyến khích việc tự do mở rộng chủ đề thơ và thúc đẩy sự sáng tạo những bài thơ tường thuật dài hơi, vốn là thành phần chủ yếu trước đây của thơ Anh và thơ Mỹ.

Feirstein nhấn mạnh vào sự đoạn tuyệt dứt khoát và có tính cách mạng đối với những trường phái đã được xác lập của những nhà thơ hàn lâm, là những người củng cố theo cách cứng nhắc cái khái niệm rằng để thực sự là thơ Mỹ, thì chỉ thể là thơ dưới dạng các câu thơ tự do, nhấn mạnh vào thứ ngôn ngữ bí hiểm và vào tầm

Dictionary of Literary Biography on Frederick Feirstein

One of the founders of the Expansive poetry movement, Frederick Feirstein has championed the reestablishment of formal verse, verse narrative, and verse satire in American poetry – just the prescription, he feels, for bringing poetry back to the people and tearing it out of the rarified climate of academia, where it has languished, self-referentially, for half a century. His own poetical works focus on the postmodern beauty and brutality of his native New York City , the obsessively sexual orientation of classic New York-style psychoanalysis, and the problem of Jewishness in American identity. His sense of outrage sets his work apart from the poetry of his quieter, more introspective academic colleagues in the New Formalist movement. Indeed, although he is considered one of America's foremost and most original New Formalist poets by those in the movement, Feirstein objects strongly to the ascendancy of that term over the broader intent of Expansive poetry. Feirstein, and earlier founders of the Expansive poetry movement such as Dick Allen, Frederick Turner, and Wade Newman, prefer the word "expansive" to describe a vigorous new poetry that not only employs traditional verse forms such as the sonnet and heroic couplet but also encourages a wide-ranging freedom of subject matter and promotes the creation of longer narrative poems, a former staple of English and American poetry.

Feirstein has insisted on a clear and revolutionary break with establishment schools of academic poets who have rigidly enforced the notion that real American poetry could only be written in free verse that emphasized esoteric language and the primacy of the quan trọng hàng đầu dành cho những cảm quan của nhà thơ và những cảm nhận cá nhân, so với thế giới bên ngoài vốn chỉ là thứ yếu. Feirstein muốn quay mặt thơ ra bên ngoài một lần nữa, "mở rộng" nó bằng cách từ bỏ những ám ảnh tự yêu mình của những nhà thơ theo trường phái xưng tội và trường phái xem thơ chỉ là Ngôn Ngữ, là những người có chung nét điển hình là không lưu ý tới những mối quan tâm của quần chúng nói chung.

Thuộc dòng dõi Do Thái Đông Âu, Frederick Feirstein sinh ngày 2 tháng giêng năm 1940 tại thành phố New York, thân phụ và thân mẫu ông có tên là Arnold và Nettie Feirstein. Những năm đầu đời, ông lớn lên trong một căn hộ của cao ốc thuộc dạng hợp tác xã nhà ở, sống chen chúc trong một xóm giềng đông đúc đa sắc tộc ở Lower East Side, New York City.

poet's sensations and personal feelings over the world outside. Feirstein wants to turn poetry outward once again, "expanding" it by abandoning the narcissistic obsessions of confessionalists and Language poets who typically prefer not to deal with the concerns of the public at large.

Of Eastern European Jewish stock, Frederick Feirstein was born on 2 January 1940 in New York City, the son of Arnold and Nettie Feirstein. His early years were spent growing up in a crowded co-operative apartment building in a teeming, multiethnic neighborhood on the Lower East Side of New York City.

Stephen John Kalinich

(Sinh tại Endicott, New York, America) là một nhà thơ Mỹ. Ông cộng tác với nhiều nhạc sĩ như P.F. Sloan, Art Munson, Kenny Hirsch, Randy Crawford, Mary Wilson of the The Supremes, Odyssey, Clifton Davis và Diana Ross. Ông viết một số ca khúc cho ban nhạc The Beach Boys như "All I Want to Do", "Be Still", "Little Bird" và "A Time to Live in Dreams" với Dennis Wilson.

Alden Marin

Họa sĩ đương đại Alden Marin là người quê quán tại Nam California, ở đó ông học bậc tiểu học và trung học tại các trường thuộc khu vực West Los Angeles và Santa Barbara. Tốt nghiệp đại học Stanford, ông là một họa sĩ được đào tạo thành thục, ông còn là nhạc sĩ, nhà thơ, người leo núi và lướt sóng. Những tranh chân dung của Marin được treo ở Schomburg Gallery (trong Bergamot Station, nơi trưng bày nghệ thuật đương đại), Raw Style Gallery và nhà hàng Babalu, đều ở Santa Monica. Ông cũng đã triển lãm tranh ở Contentment Gallery và Café Vida ở Pacific Palisades, nơi ông có xưởng vẽ ở Polaris Cosmetics và ở Encino. Thêm vào đó, ông còn trưng bày tranh tại Malibu Art Festival trong ba năm gần đây, và tại Brentwood Art Fair.

Đỗ Minh Tuấn

Nhà thơ, đạo diễn Đỗ Minh Tuấn sinh năm 1952 tại Hà Đông, Việt Nam. Tốt nghiệp Đại học Tổng hợp Văn, và Đại học Điện ảnh.

Tác phẩm:

– Những cánh hoa tiên tri, thơ (1992)

Stephen John Kalinich

(Born in Endicott, New York, USA) is an American poet. He has also collaborated with many musicians, including P.F. Sloan, Art Munson, Kenny Hirsch, Randy Crawford, Mary Wilson of the The Supremes, Odyssey, Clifton Davis and Diana Ross. He wrote several songs for The Beach Boys including "All I Want to Do", "Be Still", "Little Bird" and "A Time to Live in Dreams" with Dennis Wilson.

Alden Marin

Contemporary artist Alden Marin is a native of Southern California, where he attended grammar and high schools in the West Los Angeles and Santa Barbara areas. A graduate of Stanford University, he is an accomplished artist, musician, poet, mountain hiker and surfer. Marin's portraits have shown at Schomburg Gallery (in Bergamot Station, which showcases contemporary art), Raw Style Gallery and Babalu restaurant, all in Santa Monica. He has also had exhibitions at Contentment Gallery and Café Vida in Pacific Palisades, where he keeps his studio, and at Polaris Cosmetics in Encino. In addition, he has presented his work at the Malibu Art Festival for the last three years, and at the Brentwood Art Fair.

Đỗ Minh Tuấn

The Poet and Film Director/Producer DO MINH TUAN was born 1952 in Ha Dong, Vietnam. He graduated from the University of Literature and College of Filmmaking.

Literary Works:

– Prophetic Flowers, poetry (1992)

– Tỉnh giấc, thơ (1992)
– Con chim giấy, thơ (1992)
– Thơ tình, thơ (1993)
– Nghệ thuật trữ tình của Nguyễn Du trong Truyện Kiều, lý luận (1995)
– Ngày văn học lên ngôi, lý luận (1996)
– Thần thánh và bươm bướm, tiểu thuyết (2009)

Ông là một người đa tài, làm thơ, viết lý luận văn học, viết tiểu thuyết, vẽ tranh và là tác giả của nhiều bộ phim nổi tiếng: Hoa của trời, Ngọn đèn trong mơ, Vua bãi rác ...

Lê Thánh Thư

Họa sĩ Lê Thánh Thư sinh năm 1956 tại Qui Nhơn, Việt Nam. Hội viên Hội Mỹ Thuật Việt Nam tại thành phố Hồ Chí Minh.

Đinh Cường

Họa sĩ Đinh Cường sinh năm 1939 tại Thủ Dầu Một, Việt Nam. Sống tại Huế, Đà Lạt và Sài Gòn cho tới năm 1989. Hiện cư trú tại Burke, Virginia, Hoa Kỳ.

Nguyễn Đăng Thường

Nhà thơ Nguyễn Đăng Thường sinh tại Svay, Căm pu chia, học và tốt nghiệp Đại học Sư Phạm Sài Gòn. Giáo sư Pháp văn các trường trung học tại Sài Gòn. Hiện sống ở Luân Đôn, Anh

– Awakening, poetry (1992)
– The Paper Bird, poetry (1992)
– Love Poems, poetry (1993)
– Romantic Methodologies of Nguyen Du in The Tale of Kieu, essays (1995)
– The Day Literature Ascended the Throne, essays (1996)
– Deities and Butterflies, novel (2009)

He is a multi-talented intellectual, poet, literary essayist, novelist, painter, and is the author of numerous famous films such as: Heaven's Flower, Light in a Dream, Foul King ...

Lê Thánh Thư

Painter Lê Thánh Thư was born in 1956 - Qui Nhon, Vietnam. Member of Vietnam's Fine Art Association, Ho Chi Minh City.

Đinh Cường

Painter Đinh Cường was born in 1939 in Thu Dau Mot, Vietnam. Lived in Hue, Dalat and Saigon until 1989. Currently residing in Burke, Virginia, US.

Nguyễn Đăng Thường

Poet Nguyễn Đăng Thường was born in Svay, Cambodia, educated in Việtnam and graduated from Sàigòn University's Faculty of Pedagogy. Former French teacher at several high schools in Sàigòn. Presently living in London, England.

Nguyễn Đại Giang

Họa sĩ Nguyễn Đại Giang sinh năm 1944 tại Hà Nội, Việt Nam. là người sáng tạo và phát triển trường phái mới về hội họa, "Up-sidedown".

Alexander Kotowske

Sinh năm 1989 tại Lake Forest, Illinois, vùng ngọai ô phía Bắc Chicago. Ông đam mê thơ và văn chương và hiện đang theo học chương trình cử nhân về lịch sử. Ông là một người đọc Mỹ thuộc về lớp thế hệ trẻ nhất.

Nguyễn Đại Giang

Painter Nguyễn Đại Giang was born in 1944 in Hanoi, Vietnam. Created and developed a new school of art, known as the "Upside-Down-Art".

Alexander Kotowske

He was born in Lake Forest, Illinois in 1989, a suburb north of Chicago. He is deeply devoted to poetry and literature and pursuing a bachelor's degree in history. He is an American reader who belongs to the youngest generation.

VIETNAMESE SECTIONS

PHẦN VIỆT NGỮ

TIẾNG HÁT TỪ CỔ XƯA

Chàng thất lạc tới ngôi nhà
hoang phế những con đường dẫn lối xưa
như cỏ dại và chàng đẩy
cửa vào như cánh cửa đẩy chàng vào
căn phòng lờ mờ tím than
và chàng đọc trên bức vách những con
chữ ngoằn ngòeo bay ra mùi
ẩm mốc của thứ thời gian đặc lại
và lõang tan trong lớp bụi
bặm tự thuở nào còn văng vẳng tiếng
cười đùa trong cơn huyên náo
của tình yêu như tiếng reo ca của
dục lạc tiếng nước chảy trong
chiều hè và dòng sông nước mắt và
nước mắt dòng sông … chàng vỗ
trán trong khoảng khắc rất nhanh của trí
nhớ cánh cửa sổ mở thoang
thỏang mùi hương thiên lý chàng thất lạc
chàng trong khỏanh khắc rất nhanh
ngôi nhà chừng như đang lung lay trong
gió những trang sách rã ra
bình nước tan biến chiếc máy chữ gõ
lọc cọc lọc cọc và cùng
lúc có tiếng chân bước của rất nhiều
người và chàng nhận ra những
khuôn mặt của thời xa vắng lặng câm

như đồ vật như những chiếc
bóng đang bước vào ngưỡng cửa luân lạc
và ngôi nhà tưởng như chỉ
là ý niệm trong chốc lát nảy sinh
nơi tâm trí chàng thực và
giả lẫn lộn và chàng chợt nhớ nàng
và không biết nàng có nhớ
chăng chàng nhớ chàng đã đội cho nàng
vòng gai và dắt nàng lách
qua khung cửa hẹp ôi cái thuở ban
đầu lưu luyến ấy nay đâu

"– Có lẽ con thuyền chẳng kịp
tới bến sông sớm mai – Chắc
hẳn – Và trên núi cao bình
minh – Chúng ta đã mất khá
nhiều hơi sức – Có bao giờ
và bao đời mỗi khoảng khắc
trong trái tim thanh xuân tiếng
đập của cô tịch – Thôi đừng
nói nữa chúng ta đã chẳng
còn nhiều thì giờ – Chúng ta
còn rất nhiều thì giờ mà –
Trong chiếc túi áo thủng những
giấc mơ rơi đâu. – Đừng nhắc
tới những cánh chim tha Hương
– Ôi những cánh chim muôn phương."

Chàng dẫm lên cỏ khô lênh đênh như
cánh chim điêu linh và trong
nỗi khắc khoải chập chờn chuyến xe nhọc
nhằn của quá khứ chàng thấy
nàng đang trở về sau cuộc hành hương
tưởng chừng như hôm qua nàng
còn chải tóc và hong khô đôi môi
trong gió ấm và không có
gì đẹp hơn nụ hôn nàng trong đêm
ngọt như mật ong cứ như
thế chàng thức ngủ từng hồi nghe tiếng
nói đang kể về những bi
kịch dang dở và trong cõi chật hẹp
của chiều ngày chàng thì thầm
với vô vọng thấy lũ kiến đục khoét
cơ thể những trái cây mang
đầy độc tố những nụ hoa nhả ra
mùi hương mê chàng không thấy
nàng và chàng bước ra từ hầm lửa
nhập thành kẻ lưu dân rách
rưới chập choạng ở khoảng cùng trời cuối
đất cứ như thế chàng quanh
quất giữa những bờ tường còn nồng mùi
vôi mới cùng đám cư dân
nửa quê nửa tỉnh trôi nổi trong những
ngôi nhà được góp nhặt bởi
mảnh vụn của nền văn minh xa xưa
khắc họa nỗi ray rứt … chàng
đứng dậy xốc áo chàng đi tìm chàng
chàng là ai chàng là ai …
đừng tin điều gì về chàng hỡi những
kẻ có mặt trên thế gian
hãy gầy lại đốm lửa nghi hoặc nhưng

Nàng vẫn tin mọi điều về
chàng nàng đi tìm chàng chàng ra đi
và chẳng trở về như chàng
trở về rồi lại ra đi làm rộn
trí nàng đến nỗi nàng cứ
tưởng chàng chưa hề có mặt trên thế
gian này vả chăng thế gian
này là thế gian nào trong cơn bối
rối nàng ngợ ngợ nàng là
ai là ai giữa những cuộc đời khác
và những cuộc tình khác nàng
văng vẳng nghe tiếng thì thầm đã bao
lần của chàng rằng chàng mong
được sống trên một hòn đảo vô danh
lánh xa những phiền toái nghe
sóng vỗ kể về những số phần phiêu
bạt để mỗi đêm nằm mơ
thấy bầy sư tử bên bờ biển Phi
Châu mặc cho cảnh đời man
dã quyến rũ tâm hồn mình còn nàng
nàng chỉ là người tình buồn
mãi đứng bên lề của cuộc đời chàng

Nàng xót xa chợt nhớ đến
cha nàng đã bỏ nhà ra đi rất
sớm theo tiếng gọi của tình
yêu và mẹ nàng sau những năm tháng
khốn khó đến cuối đời trong
cái lầm lộn của tuổi già vẫn tin
người chồng của mình mỗi đêm
đều về rất khuya để nối lại mối
tình dang dở (ôi nỗi đời
ương dở) như điệp khúc thời gian rồi
một hôm có lẽ chán nản
với những câu chuyện cứ lập lại và
có thể cha nàng đã về
thật để rủ người bạn đời tham dự
vào một chuyến đi không bao
giờ trở lại bà đã đi một mình
trong đêm vội vã không kịp
trang điểm để đẹp như một hoàng hậu
đến nỗi nơi căn phòng trong
chiếc tủ còn chứa những loại nước hoa
phấn sáp và những kiểu quần
áo đã rất xưa thơm mùi long não
và nàng nhìn mẹ nàng nằm
tiều tụy và bất động nhìn những đồ
vật đã được chuẩn bị rất
lâu cho một giờ cuối cùng mà lòng
nàng se lại ôi sắc đẹp
mộng mị cũng chứa đầy mầm bội phản

"– Thế còn câu chuyện mùa xuân
– Quái – ... Người ngồi bên sông kể
về thời dựng nước những cánh
chim bỏ ngàn – Những đứa con
xuống biển – Cảnh phân ly đã
có từ thời huyền thoại – Chẳng
lẽ – Cuộc ra đi là mãi
mãi như con nước xuôi – Mùa
xuân năm ấy những đứa con
cam đảm vượt qua đầm lầy
sông bãi tìm đường ra biển
hiện thực lời nguyền đã nằm
trong sách sử – Hà ... Hà ... – Mùa
xuân năm ấy có nguyệt thực
và đêm tối kéo dài bất
tận ... – Những giấc mơ vỡ tan
và chia lìa ... – Nhưng – Biển cả
đã gột rửa quá khứ – Và
hỡi những cánh chim phiêu lưu
cứ bay đi, bay mãi... "

Nàng ngã bịnh một căn bịnh
kỳ lạ nàng giả vờ sống như giả
vờ chết và trong tình trạng
nhập nhằng của tâm trí nàng không còn
nhận ra nổi con đường nàng
đang đi ngôi nhà nơi nàng ở và
chỉ trong đêm tối nàng mới
nhận ra được nhan sắc mình cứ như
thế hàng thế kỷ qua nàng
lang thang trong ngôi nhà rộng thênh ngạc
nhiên về sự vắng vẻ và
dịu mát nàng chập chờn ăn uống chập
chờn tắm rửa và hát ngợi
ca về những mối tình của cả ngàn

năm trước nàng nghĩ đến chàng
đằm thắm hơn nhưng là chàng của nhiều
hình dạng những cánh tay dài
ngoằng những bàn chân to bè và cho
chàng những khuôn mặt đủ kiểu
của phường tuồng chàng là tập hợp của
mọi giai cấp ở từng thời
kỳ cứ như thế trò chơi kéo dài
vô tận đã làm nàng quên
mất một chàng có thật chẳng còn nhớ
đến tên chàng và bóng dáng
chàng phai dần đã làm lành nỗi thương
nhớ nhưng lại làm nàng sa
vào tình trạng lẫn lộn những chiếc mặt
nạ chồng chất trong ký ức
nàng chẳng khắc họa đường nét rõ rệt
nào ngoài sự buồn cười rồi
nàng tâm sự và đùa bỡn với những
hình nộm ăn sâu vào thế
giới giả trang đánh mất cá tính xáo
trộn nếp sinh hoạt và không
biết mình là ai nàng quên cả chính
nàng ôi câu chuyện của chàng

"Và nàng còn dài nhưng người
kể không kể tiếp vì đến
đây câu chuyện chưa có thêm
tình tiết mới bởi cuộc đời
của chàng và nàng tự nó
đang diễn biến và kết cấu
để hòan tất câu chuyện và
mỗi câu chuyện hòan tất hoàn
tất khi đã cuối đời và
không ai có thể kể câu
chuyện không phải của mình ngòai

nhân vật đang kể và câu
chuyện không phải của mình nếu
kể đúng ra chỉ chứa nửa
phần sự thật nhằm giải trí
trong phút giây và câu chuyện
nhằm giải trí trong phút
giây thì có gì đáng kể
và như thế người kể còn phải
đợi chờ và đợi chờ không
biết đến bao giờ đợi chờ
và đợi chờ chàng và nàng
tiếp tục kể câu chuyện đời
mình và người kể sẽ thuật
lại và người đọc cứ đọc
lại những gì đã đọc trong
lúc đợi chờ … đợi chờ
gì và đợi chờ ai."

NHỮNG CHIẾC GHẾ
Kịch

Sân khấu tối mờ mờ, gồm một màn ảnh rộng được chiếu sáng ở phía sau, tạo nên sự tương phản cho một ý niệm phi thời gian và nơi chốn. Trên màn ảnh phóng lớn những hình họa, hay những diễn biến kịch. Tất cả tạo nên những tầng hình ảnh. Sử dụng kỹ thuật ánh sáng để phân hai bóng tối và ánh sáng.

Người đàn ông từ phía trái bước ra, cứng đơ và vô cảm, kiểu cách khôi hài và bụi đời (có thể mang mặt nạ), ngồi ngay giữa, bó gối, ngước nhìn lên màn ảnh. Sửa lại thế ngồi, duỗi ra, khoanh lại, nắn các khớp. Âm thanh làm nền được thu từ những tiếng động của của đời thường như tiếng máy giặt, tiếng xe, tiếng cười, tiếng cãi cọ, tiếng ồn của đám đông, tiếng động vật, tiếng côn trùng...

Người đàn ông nhìn quanh, bất an, đứng dậy. Quay trở vào phía trái.

Màn ảnh trắng trong khoảnh khắc. Âm thanh tắt. Im lặng.

Người đàn ông bước ra, mang theo một chiếc ghế, đặt ở khoảng giữa sân khấu. Ngắm nghía, đo bằng chân từ bốn phía. Ngồi xuống bên cạnh, phía trái. Tiếng huýt sáo, la ó từ phía trái. Đứng dậy, vòng qua phía bên phải, ngồi xuống. Tiếng huýt sáo, la ó từ phía bên phải. Đứng dậy, ngồi phía sau chiếc ghế. Tiếng huýt sáo và la ó từ phía sau. Đứng dậy, ngồi trước chiếc ghế. Nhìn lên màn ảnh.

(Có thể làm một đoạn phim ngắn về những chiếc ghế, bằng hoạt họa hay nếu hay hơn sử dụng như kỹ thuật quảng cáo, về thế giới ghế, chiến tranh ghế, di tản ghế, hội nghị ghế, băng đảng ghế, tội phạm ghế...)

Từ phía trái, người dẫn chỗ bước ra, tay cầm đèn bấm. Tới giữa sân khấu, rọi đèn vào chiếc ghế, rồi vào người đàn ông. Bỏ đèn vào trong túi áo, nắm lưng áo người đàn ông, kéo lên, nhận vào chiếc ghế. Người đàn ông lúng túng, lấm lét. Người dẫn chỗ bước xuống phía phải khán giả. Người đàn ông giữ thế bất động, nhìn theo, cho đến khi tiếng chân mất hút, thì xuống ngồi lại phía trước chiếc ghế. Sửa lại thế ngồi, duỗi ra, khoanh lại, nắn các khớp.

(Khi tiếng nói từ hậu trường vừa dứt, đoạn văn được phát lại qua máy thu, vừa đủ để có thể nghe tiếng người đàn ông, một cách hòa trộn giữa quá khứ và hiện tại. Hoặc có thể thu tiếng nói người đàn ông lại bằng một máy nhỏ đeo bên mình rồi phát ra, như một thứ tiếng nói giả, trong lúc người đàn ông diễn những động tác câm. Tiếng nói người đàn ông cũng có thể phát ra từ người nhắc tuồng, mang ý nghĩa, tiếng nói của một người được nói ra từ một người khác. Tất cả tạo nên những lời độc thoại song song, tương tự hai cột trên một trang báo. Điều này tùy thuộc vào sự sắp xếp của đạo diễn, sự diễn xuất của diễn viên, cùng kỹ thuật âm thanh và ánh sáng. Trong khi vở kịch chưa diễn được, bạn đọc tạm đọc bắt đầu từng đoạn, từ cột bên phải phía trước rồi đến cột bên trái. Tuy nhiên, kịch chỉ để đọc thì mất vui. Cũng cần ghi chú thêm, với cách nhìn và kỹ thuật dàn dựng mới về kịch, không có vở kịch nào mà không diễn được. Khả năng sáng tạo của đạo diễn và diễn viên, cùng sự thưởng ngoạn của khán giả là những yếu tố quyết định).

Khi đoạn văn đứt, được phát lại qua máy thu. Tiếng người đàn ông.

Cánh cửa phải được đóng lại (hay mở ra). Đóng lại (hay mở ra). Đóng lại (hay mở ra). Khi ra đi và trở về. Khi trở về và ra đi. Tôi chưa đóng cánh cửa lại. Cánh cửa chưa đóng tôi lại. Bởi tôi không biết lúc nào trở về và ra đi. Bởi cánh cửa không biết lúc nào trở về và ra đi. Mà chừng như tôi đã nhiều lần trở về và ra đi. Điều này thực sự là tôi (và cánh cửa) đều không nhớ hết. Nếu nhớ thì cũng không biết nơi nào là nơi trở về, nơi nào là nơi ra đi. Giữa cái trở về và ra đi ấy, quả khó làm cho minh bạch, nhất là trong cái đầu vừa chật ních vừa rỗng không của tôi. Đó là chưa kể cảm xúc của tôi (khi chạm vào cánh cửa) hay của cánh cửa (khi chạm vào tôi). Vả lại, cho đến bây giờ tôi cũng không biết đâu là cửa, đâu là không cửa, và cánh cửa cũng không biết đâu là tôi, đâu là không tôi. Vì tôi có ra khỏi cánh cửa, và cánh cửa có ra khỏi tôi bao giờ. Nếu có thì tôi phải biết lúc nào bước qua, lúc nào đứng lại chứ. Nhưng mà thôi, đằng nào

Tiếng nói từ hậu trường.

Tôi không kể chuyện bởi vì những chuyện kể luôn luôn được kể từ những chuyện kể khác. Mà thật ra, cũng chẳng có chuyện kể nào đáng kể, vì những chuyện kể nào rồi cũng giống chuyện kể nào. Vậy thì tôi nói chẳng qua cũng chỉ để nói. Từ ngôn ngữ này qua ngôn ngữ khác, từ tiếng nói này đến tiếng nói khác, đó là âm bản, âm bản của những âm bản. Tiếng nói sống và chết, không sống và không chết. Bây giờ tôi không nói, vì tôi chính là hiện thân của tiếng nói tôi. Tiếng nói tự nó là chính nó, tôi chính là tôi. Tôi là bóng ma, và bóng ma cũng là tôi. Tôi đã chôn tiếng nói, chôn tôi hay chôn cái bóng ma của tôi. Dù sao thì tôi vẫn phải chôn cả tôi lẫn cái bóng ma của tôi. Như cuộc đời này chôn cuộc đời khác, thế hệ này chôn thế hệ khác, thế giới này chôn thế giới khác. Vả chăng, tôi ghét sự bất tử. Tôi ném tôi vào trong khoảng khắc. Khoảng khắc thức giấc, nổi nóng, chửi đổng. Bởi khoảng khắc không bao giờ đứng dậy, tôi cũng phải đóng cửa lại (mở ra) mặc dù cánh cửa có đóng tôi lại (mở ra) hay không. Và đóng lại (hay mở ra) chẳng qua chỉ cần một động tác. Động tác, hẳn nhiên, phải thật đơn giản, vì tôi (hay cánh cửa) vốn đơn giản. Bởi là tôi (hay cánh cửa) chưa hóa thành loài kỳ đà mà. Thật tức cười.

Đứng dậy, quay sang bên trái. Tiếng la ó từ bên phải. Quay qua bên phải. Tiếng la ó từ bên trái. Đi qua phía phải, đến nửa chừng đổi ý, đi vào phía trái sân khấu. Vừa lúc, tiếng máy thu dứt.

Khi đoạn văn đứt, được phát lại qua máy thu.

Trong lúc người đàn ông mang ra một chiếc ghế khác. Để ở phía sau chiếc ghế trước. Tiếng la ó từ phía sau. Để ở phía trái chiếc ghế trước. Ngồi phía phải chiếc ghế trước.

Tôi biết điều tôi không biết, và không biết điều tôi biết. Và giữa điều biết và không biết đó, tôi cũng không chắc, cái nào là biết, cái nào là không bởi khoảng khắc không bao giờ ngồi yên, bởi không có khoảng khắc nào giống khoảng khắc nào. Những bàn chân mắc bẫy bàn tay, những thở ra đánh tráo thở vào, những thói thường lừa gạt thói quen.

Cứ như thế.
Và cứ như thế.

Những đường thẳng bằng nhau, những đường ngang bằng nhau, những hình vuông bằng nhau, những mặt phẳng bằng nhau. Những khoảng không so le, và đầy hơi; những chiếc bụng đầy hơi, những lũ dơi đầy hơi.

Tiếng nói từ hậu trường. Sân khấu trống.

Căn phòng không cửa vào, chiến tranh không cửa vào, tấm lịch không cửa vào. Cái bàn giả trang cái ghế, số ít giả trang số nhiều, tôi giả trang tôi. Người cha gây gổ với người mẹ, hòa bình gây gổ với chiến tranh. Nhưng tôi sinh ra từ một thế giới là bản sao của thế giới khác. Những giấc mơ là bản sao của giấc mơ khác. Những giấc mơ đau răng, những cái biết vì trong cái biết, cũng có cái không biết, trong cái không biết, cũng có cái biết. Và cái không biết trong cái biết, cái biết trong cái không biết, lại có cả cái biết và không biết khác nữa. Như vậy thì làm sao tôi có thể phân biệt cái không phân biệt hay không phân biệt cái phân biệt. Cũng giống như nói với kẻ không biết nghe và nghe những kẻ không biết nói. Điều này đôi lúc cũng phiền không ít, vì tôi không rõ, tôi nói hay không nói với kẻ không biết nghe, và nghe hay không nghe với kẻ không biết nói. Như vậy, nói chẳng phải cốt để nghe, và nghe chẳng phải cốt để nói. Tôi vẫn nói đấy mà tôi có nghe đâu. Tôi vẫn nghe đấy mà tôi có nói đâu.

Đứng lên, đi vào phía phải sân khấu. Vừa lúc, tiếng máy thu dứt.

Khi đoạn văn đứt, được phát lại qua máy thu.

Trong lúc người đàn ông ra từ phía phải, mang theo một chiếc ghế. Để ở phía sau chiếc ghế đầu tiên. Tiếng la ó từ phía sau. Để ở phía sau chiếc ghế tôi đau răng. Những câu hát đè lên câu hát, những hoàng hôn đè lên bình minh. Như thực tại chẳng bao giờ hiện hữu, như thực tại đã từng hiện hữu, như con người lang thang ở từng góc phố, như góc phố say khướt ở mỗi lề đường. Những mái tranh trôi trên dòng sông, những dòng sông tỏ tình với đồng bằng, cô gái tỏ tình với chàng trai, con mắt tỏ tình với cái mũi. Những cái mũi đeo bong bóng cặp kè với cái mũi đeo nữ trang. Tôi giã từ đời sống, đời sống giã từ cái chết, cái chết giã từ cái chết khác. Không ai thực sự đã sống, không ai thực sự đã chết.

Cứ như thế.
Và cứ như thế.

Những bức tranh cà nhắc, những người thân cà nhắc, những láng giềng cà nhắc, những bữa ăn cà nhắc, những cửa hàng cà nhắc. Những con đường cà tàng, những dãy phố cà tàng, những nỗi buồn cà tàng, những hạnh phúc cà tàng. Những cái thân cà khổ.

Tiếng nói từ hậu trường. Sân khấu trống.

thứ hai. Tiếng la ó từ phía sau. Để ở phía phải chiếc ghế đầu tiên. Ngồi ở phía trước chiếc ghế đầu tiên.

Tôi ngủ giữa lúc thức và thức giữa lúc ngủ. Tình trạng này đã thành thói quen, và chính tôi cũng không thể biết, lúc nào đang ngủ, lúc nào đang thức. Có khi chính trong lúc đang ngủ, tôi lại thức và chính trong lúc đang thức, tôi lại ngủ. Như vậy giữa đêm và ngày, trắng và đen, sáng và tối chỉ là chuyện hàm hồ. Và những chuyện tôi làm hay không làm, không làm hay làm, cũng chỉ là chuyện hàm hồ. Có chăng trong lúc tôi làm hay không làm ấy, tôi biết tôi làm không làm. Nhưng cũng có khi tôi không biết tôi làm lúc làm, và không biết không làm lúc không làm. Cái sự thể tréo cẳng ngỗng này tôi không biết phải xử sự ra sao, bởi nếu cứ kéo dài mãi, tôi sẽ tưởng cái nọ là cái kia, cái kia là cái kia khác; mà thật ra cái kia cũng chỉ là cái nọ, cái nọ cũng chỉ là cái kia khác. Đó là kiểu trông gà hóa quốc, lấy hư làm thật để dọa nạt suông cho vui đời thôi. Mà đời thì đâu có đáng, nó không làm tôi vui thì Con người tiếp tục con người, chiến tranh tiếp tục chiến tranh. Sự sống đứt lìa sự sống, cây đứt lìa rễ, môi đứt lìa răng, mồ mả đứt lìa đất đai, quê cũ đứt lìa quê người. Và cứ vậy con người tiếp tục con người, chiến tranh tiếp tục chiến tranh. Nơi chốn này chồng lên nơi chốn khác, những chiếc ghế chồng lên chiếc ghế khác. Những chiếc ghế không cảm xúc, đeo mặt nạ, mang găng tay. Những chiếc ghế sát nhân, những chiếc ghế ở ngoài vòng pháp luật. Tôi ở ngoài tôi. Những cái tôi ở ngoài định kiến; những định kiến đầu đường xó chợ, những giấc mơ đầu đường xó chợ, những sự thực đầu đường xó chợ, những cuộc đời đầu đường xó chợ. Những giá mua nghi ngờ giá bán, những giá đắt thử thách giá rẻ, những giá rét đổi chác giá băng. Những cái giá hôm nay, những cái giá hôm qua.

Cứ như thế.
Và cứ như thế.

Những chiếc ghế yêu nhau, những chiếc ghế không yêu nhau. Tôi lách mình ra khỏi đồ vật, đồ vật lách mình ra cắc cớ gì tôi phải làm cho nó vui chứ. Với lại giữa tôi và đời nào có liên hệ gì. Đời là đời, tôi là tôi, như chiếc áo mặc ngoài, đổi thay hoài. Tôi đổi đời này lấy đời khác, đổi tôi này lấy tôi khác, đổi áo này lấy áo khác vậy mà.

Đứng lên, đi vào phía trái sân khấu. Vừa lúc, tiếng máy thu dứt.

Khi đoạn văn đứt, được phát lại qua máy thu.

Trong lúc người đàn ông ra từ phía trái, mang theo chiếc ghế. Để ở phía sau chiếc ghế đầu tiên, tiếng la ó từ phía sau. Để ở phía sau chiếc ghế thứ hai, tiếng la ó từ phía sau. Để ở phía sau chiếc ghế thứ ba, tiếng la ó từ phía sau. Để ở phía trước chiếc ghế đầu tiên. Ngồi ở phía trái chiếc ghế đầu tiên, tiếng la ó từ phía trái. Ngồi ở phía phải chiếc ghế đầu tiên.

Làm sao tôi có thể trả lời câu hỏi của tôi? Làm sao tôi có thể trả lời câu hỏi của tôi? Mà câu trả lời của tôi lại từ câu hỏi của tôi. Cứ như thế, tôi càng lúc càng rời xa câu hỏi của tôi. Và khỏi ngôn ngữ. Những danh từ mắng nhiếc động từ, những động từ bị cáo xử án những động từ quan tòa. Khán giả là nhân vật bị lật ngược. Đừng hỏi cái tủ lạnh làm gì cho chúng ta, hãy hỏi chúng ta làm gì cho cái tủ lạnh. Mỗi người có nhiều khuôn mặt; những khuôn mặt bình đẳng, những mã số bình đẳng, những trò chơi bình đẳng. Những trò chơi không bao giờ lập lại, và chấm dứt. Những câu văn không bao giờ lập lại, và chấm dứt. Những chủ từ lỡ bước, những túc từ sang ngang.

Tiếng nói từ hậu trường. Sân khấu trống.

Tôi bước qua quá khứ, bước qua tuổi trẻ, bước qua tuổi già, bước qua những hầm chôn người. Những cánh đồng thuốc lá đến thăm cánh đồng lúa mì. Em đến thăm tôi. Nhưng không nhất thiết tôi cứ phải lây lất với nỗi lây lất. Tôi mai kia và tôi bây giờ, tôi lăng nhăng và tôi khó hiểu. Tôi lờ đi mọi thứ, và mọi thứ lờ đi mọi thứ khác. Tôi đóng kịch như đóng đinh, tôi múa rối như múa lân. Tôi bất động. Mặc dù trái tim vẫn đập.

khi tôi đi tìm lại câu hỏi của tôi thì tôi càng lúc càng xa câu trả lời của tôi. Vậy thì đâu là câu hỏi, đâu là câu trả lời của tôi. Và câu trả lời có lạc ra ngoài câu hỏi, câu hỏi lạc ra ngoài câu trả lời, tôi lạc ra ngoài tôi? Và tôi ở đâu đó, trong bóng tối hay ngoài ánh sáng, bên bờ này hay bên bờ nọ, giữa câu hỏi và trả lời, giữa câu hỏi và câu hỏi, hay giữa trả lời và trả lời? Tôi làm sao biết được.

Đi vào phía phải sân khấu. Vừa lúc, tiếng máy thu dứt.

Khi đoạn văn đứt, được phát lại qua máy thu.

Trong lúc người đàn ông ra từ phía phải, mang theo chiếc ghế. Để ở phía trái chiếc ghế đầu tiên. Tiếng la ó từ phía trái. Để ở phía phải chiếc ghế đầu tiên. Ngồi ở phía trái chiếc ghế đầu tiên.

Những trái tim đập cửa vào lúc chạng vạng, những trái tim đập cửa vào lúc nửa đêm, tôi đập tôi giữa lúc tỉnh giấc.

Cứ như thế.
Và cứ như thế.

Những kẻ đánh giày thất thểu trong đêm tối mùa đông. Những đứa con của cùng một người dàn bà, những đứa con của cùng một người đàn ông, những đứa con cùng cha khác mẹ, những đứa con cùng mẹ khác cha, những đứa con không cha mẹ, những đứa con tha phương cầu thực, những đứa con từ đông qua tây, từ nam ra bắc, từ trái sang phải, những đứa con nói cùng một thứ tiếng, những đứa con nói nhiều thứ tiếng, những đứa con có cùng màu da, những đứa con có nhiều màu da, những đứa con có quá nhiều dị biệt.

Tiếng nói từ hậu trường. Sân khấu trống.

Thế giới chó đánh nhau với thế giới chó khác. Kẻ mất ngủ đánh kẻ khó ngủ, đười ươi đánh đười ươi, những phường tuồng cứ làm phường tuồng.

Tôi chỉ nói nửa lời, còn nửa lời được nói từ kẻ khác. Tôi không biết kẻ khác, và kẻ khác cũng không biết kẻ khác khác. Nhưng nửa lời này cũng nằm trong nửa lời khác, và nửa lời khác cũng nằm trong nửa lời khác khác. Tôi chỉ biết nửa điều, còn nửa điều rơi vào nơi nửa điều khác. Và giữa nửa lời và nửa điều, ở giữa nửa lời và nửa điều khác. Vậy thì cái nửa tôi và giữa tôi đâu có khác gì cái nửa tôi và giữa tôi khác. Còn cái trong lời và ngoài lời, trong điều và ngoài điều, trong tôi và ngoài tôi chẳng qua cũng chỉ là cái trong lời và ngoài lời, trong điều và ngoài điều, trong tôi và ngoài tôi khác. Như thế thì tôi đang là tôi hay không đang là tôi. Ngay cái đang ấy cũng chỉ là cái nửa đang và nửa không đang, giữa đang và giữa không đang, trong đang và trong không đang, ngoài đang và ngoài không đang khác. Vậy thì có đáng gì để bàn luận nữa đâu.

Đi vào phía trái sân khấu. Vừa lúc, tiếng máy thu dứt.

Khi đoạn văn dứt, được phát lại qua máy thu.

Những cơn suyễn kéo đến lúc ban mai, và chẳng có gì mất đi, hay còn lại lúc chiều hôm. Những kẻ ngu cứ ngu, những kẻ khôn cứ khôn. Mâu thuẫn vẫn y như vậy. Sân khấu không có kịch bản, kịch bản không có nhân vật, biến cố là không biến cố. Những âm thanh lẫn lộn, những âm thanh bỏ rơi âm thanh, biến cố bỏ rơi biến cố, kịch bản bỏ rơi kịch bản, sân khấu bỏ rơi sân khấu.

Cứ như thế.
Và cứ như thế.

Sự thật nằm trong dối trá, hãy dối trá. Cảm xúc nằm trong tư tưởng, hãy tư tưởng. Cải lương nằm trong hát chèo, cây cỏ nằm trong đất đai, đất đai nằm trong rừng rú. Như bão tố nhái bão tố, bình yên nhái bình yên, hình nộm nhái hình nộm, tật nguyền nhái tật nguyền. Và mỗi chúng ta là những vật phế thải. Được thải ra, thải ra, thải ra... Không có trí nhớ nào được phép tồn tại, không có lãng quên nào được phép quên đi, không có già cỗi nào được phép già cỗi. Những bóng ma luôn luôn có thật. Những chợ trời mở cửa trong đêm tối. Những kẻ đầu

Trong lúc người đàn ông ra từ phía trái, mang theo chiếc ghế. Để ở phía trái chiếc ghế đầu tiên. Đi vào phía trái sân khấu. Nói vọng ra:

Những cuộc đời đầu làng, những lũy tre đầu làng, những nụ cười đầu làng, những mái tóc đầu làng, những mối tình đầu làng.

Cứ mở cửa ra rồi bước vào, phải không; cứ mở cửa vào rồi bước ra, phải không; cứ bước tới rồi lui, phải không; cứ chết đi rồi sống lại, phải không?

Những con đường mèo, những con đường không mèo, những con đường ngan, vịt, những con đường nhái bén, những con đường ễnh ương.

Khi đoạn văn đứt, được phát lại qua máy thu.

Trong lúc người dẫn chỗ lên từ phía trái khán giả, soi đèn

trộm đuôi cướp đầu thai thành tượng gỗ, những kẻ ăn chay nằm đất đầu thai thành tượng đất nung.

Tiếng nói từ hậu trường. Sân khấu trống.

Tiếng nói co dãn, trở thành trừu tượng, bị phủ nhận, ném vào hậu trường. Tiếng nói không phải của ai, tiếng nói của tất cả mọi người. Tiếng nói đuổi theo tiếng nói, bản văn đuổi theo bản văn. Chúng ta là ai? Chúng ta không phải là người, chúng ta không phải là những chiếc ghế, chúng ta là những bản văn. Nhưng không có tiếng nói nào đúng là tiếng nói, không có bản văn nào đúng là bản văn. Những bản văn được đọc từ người đọc. Không có người đọc nào đúng là người đọc, không có khán giả nào đúng là khán giả, không có diễn viên nào đúng là diễn viên. Không có chúng ta nào đúng là chúng ta.

Tiếng nói từ hậu trường. Sân khấu trống.

qua dãy ghế. Không thấy ai. Đi vào phía phải sân khấu. Tiếng vọng của người đàn ông từ phía trái.

Sự vật thôi là sự vật, ngôn ngữ thôi là ngôn ngữ, hình ảnh thôi là hình ảnh.

Ai có thể ngăn cản được điều này, ai có thể đọc những điều đã đọc, ai có thể nhận biết những điều đã nhận biết, ai có thể lấy ra những điều đã lấy ra?

Tôi chưa nói một lời nào vì tôi chưa sống một lần nào, tôi chưa nói một lời nào vì tôi chưa chết một lần nào, tôi chưa là tôi một lần nào vì bầu trời chưa hề có từ đầu, tôi chưa là tôi một lần nào vì trái đất chưa hề có từ đầu.

Tôi phải trở ra. Tôi phải trở ra ngay.

Tôi sống mệt, chết mệt.
Tôi phải đi. Tôi phải đi ngay.

Hỡi những kẻ nói toàn chuyện hũ nút, hỡi những kẻ nói toàn chuyện tào lao, hỡi những kẻ câm, mù, què quặt, hỡi những kẻ điêu ngoa, những lời nói dối, hỡi những kẻ thật thà, những lời nói thật, hỡi những kẻ ra đi, không bao giờ trở lại, hỡi những kẻ ở lại, không bao giờ ra đi, hỡi những kẻ gạo chợ nước sông, hỡi những kẻ nằm gai nếm mật, hỡi những năm, những ngày, những tháng, hỡi những ngày, những tháng, những năm.

Kịch giết kịch.
Kịch cứu kịch.
Kịch chẳng còn là kịch.
Kịch vẫn là kịch.

Tôi phải đi. Tôi phải đi ngay.

Chààààooo!

Tiếng người đàn ông hòa cùng tiếng nói từ hậu trường (hay nhiều người). Trong lúc sân khấu vẫn trống.

Câu chuyện chấm dứt ngay lúc chấm dứt. Mọi người có thể ra về hay ngồi lại. Cấm hút thuốc với ai hút thuốc, không cấm hút thuốc với ai không hút thuốc (phải có giấy của bác sĩ tai mũi họng). Mọi người có quyền kể lại câu chuyện, nhưng tuyệt đối không được lập lại lời đã nghe, điều đã thấy, có nghĩa là phải tự giải phóng khỏi ký ức, vì ký ức luôn luôn xuyên tạc và bóp méo sự thật (dù rằng sự thật chưa bao giờ xuất hiện). Đeo mặt nạ để che dấu chân tướng, cảm xúc trong khi diễn tuồng vì kịch không cần cảm xúc, không cần cá tính, ai cũng như ai. Mọi người có thể cùng một lúc lên diễn lại vở kịch của mình, cãi và cọ, hay cọ và cãi, nhưng không được xâm phạm cơ thể hay thuần phong mỹ tục, và ra ngoài giới hạn quyền làm người (điều này mông lung, mờ ảo nhưng vẫn là một điều luật). Ai vi phạm sẽ bị trục xuất về chỗ ngồi. Những kẻ say rượu sẽ bị treo bằng lái. Những bằng lái bị treo phải được treo ở nơi dễ thấy. Những bọn chim chuột, mèo mả gà đồng, những bọn vô công rồi nghề, những bọn ngủ bờ ngủ bụi, phải tuân theo luật (sân khấu), ra và vào, lên và xuống, không được lẫn lộn vai này với vai kia, cảnh này với cảnh nọ. Những kẻ nổi loạn cấm nổi loạn, những kẻ ngây thơ cấm ngây thơ. Những kẻ buôn thúng bán bưng luôn luôn buôn thúng bán bưng. Những kẻ lãng tai luôn luôn lãng tai. Những kẻ gà mờ luôn luôn gà mờ. Những kẻ chán cứ chán. Những kẻ không chán cứ không chán. Mọi điều cần nói đã nói hết. Kể từ nay, cấm nói.

Người đàn ông bước ra từ phía trái, tiếng la ó nổi lên. Trở vào. Ló đầu ra. Tiếng la ó nổi lên. Nhiều lần như vậy.

Người đàn ông bước ra từ phía phải, tiếng la ó nổi lên. Trở vào. Ló đầu ra. Tiếng la ó nổi lên. Nhiều lần như vậy.

Chiếc ghế được ném ra từ phía trái, tiếng la ó nổi lên, và kéo dài. Chiếc ghế được ném ra từ phía phải, tiếng la ó nổi lên, và kéo dài.

Những chiếc ghế liên tiếp được ném qua từ cả hai phía, phải và trái, chồng chất lên nhau. Tiếng la ó không dứt, lẫn với những âm thanh được phóng đại. Màn ảnh tắt. Sân khấu tối hẳn.

Im lặng. Sân khấu sáng dần, một đống ghế lẫn với cả những đồ phế thải, giống như một kho chứa đồ cũ. Màn kéo lại. Vẳng ra tiếng dọn dẹp, tiếng quét, tiếng chân. Âm thanh được phóng cực đại.

Im lặng. Màn mở ra. sân khấu không có gì cả, và chừng như cũng chẳng có chuyện gì xảy ra. Khoảng một phút sau, màn kéo lại.

(Kịch tới đây chưa phải hết. Khán giả cùng lúc lên sân khấu để diễn theo ý mình vì cho rằng, mỗi người đều có cách đạo diễn và thể hiện khác nhau, và rằng kịch bản là một phần trong cái kịch bản đã có sẵn của họ. Nếu không, đạo diễn, diễn viên và khán giả có thể đẩy tới, chẳng hạn tranh luận về việc đạo diễn có theo đúng kịch bản, diễn viên có theo đúng đạo diễn hay không, mục đích là đi tìm, hay tạo ra ý nghĩa, khởi từ một tiền đề, vở kịch vô lý, đứt đoạn và rời rạc. Những diễn biến vở kịch trong khi tập được thu lại và phóng lên màn ảnh, như một cách diễn lại những hậu cảnh từ đằng sau hậu trương, mang ý nghĩa, vở kịch bị lộn trái. Trong suốt tiến trình, đạo diễn làm cho vở kịch sống động nhưng tránh tạo cảm xúc, vì mục đích là tạo sự vô cảm nơi khán giả. Mọi hoạt cảnh có thể thay đổi nhưng tiếng nói phải giữ nguyên, dù hay dở, đúng sai, cũ mòn hay mới mẻ, vì giả thuyết rằng, tiếng nói đó từ trong quá khứ hay chính là quá khứ. Mà quá khứ thì chỉ tàn phai đi chứ không bao giờ thay đổi được. Câu cuối cùng từ hậu trường, "Kể từ nay, cấm nói," nhưng ở phần này, cứ nói vì cũng được giả thuyết rằng, tiếng nói đang nói là tiếng nói đã được nói từ quá khứ. Kịch bị lộn trái nhiều lần, cho đến khi trở lại là chính đời thường).

HẾT

GIẢI MÃ THƠ
NỖI KHẮC KHOẢI THỜI GIAN VÀ NGÔN NGỮ

Đỗ Minh Tuấn

Để ngày xanh rơi vào miệng vực

Trong thơ ca nhân loại, các thi pháp, trường phái và phong cách khác nhau dường như đều bắt đầu từ thái độ cảm nhận của thi nhân với thời gian. Mơn trớn thời gian, chiêm ngưỡng thời gian, đưa đón thời gian, chiêm nghiệm thời gian, lặn sâu vào kẽ nứt của thời gian, tìm lại thời gian đã mất, tách bạch thời gian yêu và thời gian chết, thời gian trần thế và thời gian nghi lễ, thời gian cô độc và thời gian lễ hội ... Tất cả những ứng xử khác nhau đó làm nền tảng tâm linh bản thể của những hành xử ngôn từ. Khế Iêm, ngay trong tập thơ đầu của mình đã nói bằng giọng điệu của thời gian. "Thanh Xuân", tên tập thơ gợi một cảm nhận xanh mát trinh nguyên về thời gian đầu đời, về hương sắc đầu mùa và những cảm nhận tươi non. Nhưng thực tế, cảm nhận về thời gian trong đó đã nhuốm màu mệt mỏi, chán nản, u hoài. Bàng bạc khắp tập thơ là một nỗi ám ảnh về sự trớ trêu của thời gian, sự lệch nhịp với dòng đời và độc chất hư vô của cõi thời – không, nơi nhà thơ luôn bị đong đưa giữa khoảnh khắc và vĩnh cửu.

Cuộc sống trong thơ Khế Iêm chớp nhoáng, mọi thứ lại như luôn trễ hẹn khiến ta phải đợi chờ:

Tin báo rằng mặt trời đã tận
Trái đất là một thoáng lửa trôi
Tin báo

Chờ đợi
Mất hút
Lặng lẽ
Lá rơi trong khoảnh khắc
Ẩn mật
Mộng gõ tối tăm mắt rộn rã
Thoảng đưa hương ngâu thôn đời xa

Tắt

Thời gian bị trục trặc:

Lũ chim chóc đóng băng trong không
Và tháng ngày trôi bồng bềnh trên đất

Thời khắc bị nhuốm độc bởi quá khứ và tương lai, mất đi cái trinh nguyên của hiện tại, bị cái chết của người, của lời, của cảnh vật, ám ảnh như âm binh:

Những người đưa ta từ bao đời trước đến
Những người chôn ta từ bao đời sau về
Âm binh...

Cơn gió nào thổi tan lời nguyện
Con sói về ăn những mảnh trăng
Bên cõi người một hồn nắng tuyệt
Có tiếng người ở giữa lòng chăng

Tin báo

Ngày của thi nhân, ngày của thơ ca là cái ngày xanh rơi vào miệng vực. Và, trong tư cách kẻ làm chứng cho cái chết được báo trước của thời gian, thi nhân luôn hoang mang, bối rối trước cõi hình tướng nhập nhòa, trôi nổi:

Mắt quáng gà
Hư thực nhập nhòa hoài

Bực bội
Quá khứ dở hơi
Mẩu thuốc cháy
Khói

Trải khắp những trang thơ là một cõi đời tàn phế. Dường như cõi thế làm bằng mây, khói, toàn cảnh *nước trôi, hoa trôi, mây tan, nắng tàn, nắng lung lay, chim tan tác, khói bất trắc, khói điên, gió chiếc, gió thoảng, gió tất tưởi, đoá hoa khóc, trăng vù xa* ... Một thế gian rạn vỡ tưởng chừng như làm bằng mây khói. Mây và khói lan tỏa che phủ khắp cõi thơ Khế Iêm gợi ấn tượng về cõi phù vân theo cái nhìn của nhà Phật. Mây và Khói dường như là biểu tượng nơi sâu thẳm nhất của vô thức nhà thơ, bởi nó kết tụ được tất cả cái tính cách gây hấn, ngất ngưởng, bất trắc *(khói điên, khói ngất ngưởng, khói bất trắc, khói thiêng),* cái vô thường của hình tướng, cái sinh thành và tan rã làm lộ diện thời gian, cái hình hài mật ngôn và cái lặng thinh câm nín của cõi vô ngôn hằng quyến rũ. Không phải ngẫu nhiên, những bài thơ mới nhất của Khế Iêm là sự hòa trộn của ám ảnh lời, ám ảnh thời gian, ở đó, cả lời và thời gian đều bị giam trong dạng khói. Thơ Khế Iêm là một ngục-biếc-kép theo cấu trúc như vậy, nó là một tù ngục nhốt chung vĩnh cửu và mong manh, lên tiếng và câm nín. Và bao trùm lên tất cả là nỗi khắc khoải về thời gian và ngôn ngữ, được phóng chiếu vào hình tượng khói, là nơi có thể ký thác được cả cái trần thế và thiêng liêng, cái vô hình và hữu hình, cái vô ngôn và mật ngôn, cái hiển hiện và khuất lấp, cái ám ảnh và phôi pha. Khói là hình tượng trọng tâm của cụm hình tượng trong thơ Khế Iêm gồm: *Khói, Tro, Mây, Gió, Trăng, Hoa.* Trong đó, chỉ có khói và tro là nối với gia đình và đời thực, còn mây, gió, trăng, hoa đều đã bị cổ điển hóa, cách điệu hóa, vũ trụ hóa. Xem cấu trúc của hệ thống hình tượng cũng thấy được tâm thế phiêu diêu của thi nhân rung cảm nhiều hơn với bầu trời, với cõi không, dù vẫn lắt lay kết với cõi thực bằng tro và khói – hai hủy thể của thời gian. Mang cảm thức lênh đênh, thân phận một con đò chốc chốc lại hiện lên trong thơ Khế Iêm dưới tia chớp giác ngộ về cõi thế hư ảo.

Thảng thốt cội rễ lời

Cõi thực tan rã như vậy, còn lại cõi lời của riêng thi nhân cũng trở nên ấp úng. Nhà thơ hoài nghi ngôn ngữ, phỉ báng lời bằng những cảm nhận bi đát: *quặn lời, hắt hiu lời, khỏa thân lời, ngôn ngữ điếc, hoài hủy nói.* Nhà triết học, thiền sư biết rõ chân tướng của ngôn từ là giả trá và bất lực, ngay cả những ngôn từ thượng thặng như lời kinh cũng chỉ là vật che khuất bản lai diện mục của thế gian:

> *khom*
>
> *lưng bất động như thế cho đến khi giọt*
> *chuông chiều kia làm tan đi người và vật*
> *kiến tạo im ắng mà lâu nay bị*
> *che khuất bởi cánh liếp của lời kinh*
> Níu lại

Lời là chiếc bình phong lộng ngôn cần phải xé đi, là thứ vô tích sự, chẳng làm ai phiền hà gì, chỉ chạy theo đuổi thiên nhiên, *khi nào gió lên thì bảo.* Nhà thơ ngộ ra một tình huống:

> *lúc khởi sinh*
> *ngôn từ đã bắt đầu gầy mối hiểm nguy*

Con người là kẻ:

> *cầm lời đi vào chỗ không hề biết trước*

Cũng vẫn cái tư tưởng "Khởi thủy là lời" của Kinh Thánh, nhưng trong thơ Khế Iêm lời là mối nguy hiểm đầu tiên. Nếu Hölderlin coi ngôn ngữ là thứ làm chứng cho bản thể con người, thì Khế Iêm coi lời là sự xuyên tạc bản thể. Hơn một lần, nhà thơ để lộ địa chỉ cõi đẹp của mình ở chốn không lời và loay hoay giải thoát khỏi cõi lời, *đốt cháy lời,* chôn cất chữ để khai quang cái đẹp miên viễn kia :

đốt cháy lời
để mai kia mốt nọ

không truyền giao
không sách sử

nhưng ở bên kia chốn không lời
đóa hoa nở

Lời

đánh một giấc đồng
lòa chôn cất cho xong
mộ phần chữ

Lộng ngôn

Trong lúc chưa đạt tới cõi vô ngôn, chưa tới được đóa hoa trí huệ (Prâna) trong tâm thức thì thái độ sống thường trực của nhà thơ là:

đành chịu trầm mình không nói năng giữa thế giới vắng mặt (và có mặt)

Trầm mình

đánh
đổi lấy mạng sống bằng cách ngậm họng
lại

cấm
tuyệt đối không được thốt ra một lời nào

Cấm

Im lặng là cõi lời giả dạng vô ngôn, không phải vô ngôn đích thực. Im lặng là lời lẩn trốn, tàng hình, nhức nhối, chưa phải là sự tiêu vong. Nhà thơ hướng tới mật ngôn tới cõi Đẹp vô ngôn:

Thảng thốt
Cội rễ lời
Ta nghe dâu ngàn hoá bụi
Vô ngôn từ thuở nằm nôi

Phiêu khúc

Và có lúc, cõi lời đã như một quá khứ xa, một thuở nào, một hồi ức vang vọng và biến tấu:

Thuở lời, vọng tiếng chim ran
Đò quê, mật sóng giữa đàng lá không

Nhưng thi nhân đâu dễ thoát khỏi cõi lời, thoát khỏi cái bản thể được Chúa trời ban tặng. Trong nỗi khắc khoải nhớ hư vô, khao khát mật ngôn, nhà thơ ngồi *ngó xéo vào vết nứt của im lặng* để lắng nghe *vọng tiếng chim ran,* cố bắt lấy *tiếng nói của muông thú,* rồi học theo kẻ kiến tạo im lặng để diễn kịch *lặp đi lặp lại*, trong khi đó vẫn cố vớt vát những lời đang hấp hối để đối thoại với bông hoa mới nở – sứ giả của cõi đẹp mới khai sinh:

nói với đóa hoa chớm nở
lời chớm tàn
và phủ định mọi dấu vết

đã có từ lâu   *trên mặt đất*

Dấu vết

Dù biết rằng đóa hoa ấy, cái đẹp đích thực ấy không nở ở cõi lời:

nhưng ở bên kia chốn không lời
đóa hoa nở

Và cái đẹp, tình yêu đã hiện diện lồ lộ ở cõi khác, như một cứu cánh có đủ thẩm quyền bắt nhà thơ tắt tiếng:

Ta tắt tiếng từ bao giờ không biết
Lúc nhìn em lồ lộ ngoài hư không
Lúc ta theo vồ vập màu chiều tà
Và chỉ thấy bụi rơi cùng nắng lạ
Thanh xuân

Cõi đời vô thường, ngôn ngữ vô ích và vô nghĩa. Con người mang lời nói để làm những việc phi lý. Ngôn ngữ bị mất đối tượng, trở nên một công cụ, bị thời gian lố bịch hoá, trở nên loang lổ, nham nhở, nhạt nhòa:

Tôi ngồi lại phân bua cùng nước cuốn
Ưu sầu

Kẻ kiến tạo im lặng

Trong thơ Khế Iêm, con người mang cái ngôn ngữ bất lực, lôi thôi đi giữa một thế giới đầy *khói ám, đom đóm, hoàng hôn, trắng lân tinh, đá gầm rú,* một thứ địa ngục ghê rợn của Dante để mà sừng sộ, phân bua với thế giới ấy. Và để rùng mình trước những mật ngôn, mật sóng thăm thẳm vây quanh. Trên nền cảnh giới nín câm và bí ẩn đến rùng rợn đó, ngôn từ càng trở nên bé nhỏ, lố lăng và yếu ớt biết bao. Trong thơ Khế Iêm, con người giống như một tử tù đeo tảng đá ngôn từ đi rong bên lề cõi lời, muốn vượt khỏi ngục biếc của cõi lời để hướng tới tự do. Nhưng hắn không thoát nổi thời gian, không thoát nổi cõi lời vì dai dẳng trong linh hồn hắn một năng lực phục sinh của cái thế gian đang tàn tạ:

Hãy ngồi lại nghe hơi thở tàn
Trên đầm sen vạn màu hôn ám

Em không hay một chiều tiễn biệt
Ta thổi tan mất dòng lửa đầu

Trong nôi nắng phôi pha
Dập dồn mở lại
Cánh chiều xưa
Cánh chiều xưa
Mây nước xưa
Ưu sầu

Thời gian hư ảo, mong manh và tàn lụi, nhưng nó chính là kẻ mai phục trong ký ức để bất kỳ sống lại. Mỗi khoảnh khắc cụ thể của đời ta có thể phôi pha, vụt mất, và con người không thể dùng ngôn ngữ để phân bua với nó, sừng sộ với nó, níu kéo nó lại, nhưng nó vẫn không mất đi vì chỉ cần ta ngồi nghe *hơi thở tàn, trên đầm sen vạn màu hôn ám,* chỉ cần ta cận kề với cái đẹp ám bụi của đời sống để lắng nghe chút hơi tàn của nó là thời gian đã chết sẽ lại phục sinh như một tài sản vĩnh hằng, một ngục biếc ta muốn thoát mà không thể thoát. Chính cái năng lực kỳ lạ và sức giam hãm của thời gian, sức quyến rũ của cõi đời hư nát, sức níu kéo rủ rê của tình đời nham nhở đã hủy hoại tự do của con người, khiến nó luôn dùng dằng ở biên giới của cõi đời và đạo, cõi lời và lặng im. Thi nhân không thoát được ngục biếc của thời gian và ngôn ngữ, nhưng lại luôn muốn đào thoát khỏi cõi thế, cõi lời, luôn phóng tầm mắt tìm kiếm đóa hoa nở trong cõi không lời, khát khao hòa nhập vào hư không. Vĩnh cửu với hư không và im lặng đã lây nhiễm vào dòng đời làm nát thêm thời gian, làm rã mọi hình tướng và ngôn ngữ. Đó là cái cách Khế Iêm tái tạo một thế giới làm bằng *mây, khói, ánh trăng, đom đóm, lân tinh* và những lời nham nhở. Nhà thơ sau khi hủy hoại thời gian, hủy hoại thế giới lại nuối tiếc thời gian và ngôn ngữ đã tàn hơi. Anh ta ký thác những hạt cát khoảnh khắc của mình trong sa mạc, đặt những bóng người, những cuộc tiễn biệt, những chiều nắng, những đầm sen vào vũ trụ vô cùng tận, và bằng cái nhìn triết học đó, anh ta đã đánh đắm từng khoảnh khắc, hủy diệt những hình hài, khống chế ngôn ngữ, đầu độc từng ngày sống. Thơ Khế Iêm là bi kịch, nỗi đau của sự đánh mất thời gian, nhiễm độc hư vô. Chứng viễn thi siêu hình khiến nhà thơ nhìn rõ những gì vô hình ngoài thời gian, còn những gì hữu hình trong thời gian lại trở nên mờ nhạt. Do đó, cái nhìn của nhà thơ là cái nhìn hủy diệt thời gian, ghê sợ thời gian nhưng lại khát khao và luyến tiếc thời gian.

Khế Iêm trong thơ là một thiền sư lưu luyến cùng đời sống, một quả lắc đong đưa giữa cô độc với sẻ chia, giữa đạo sĩ và người tình, giữa hủy diệt và xây dựng, giữa sự vượt thoát, đạp đổ và sự tiếc nuối, nở hoa. Cho nên, *Ngục Biếc* là cái tên chẳng vô tình, nó là tự thú của một người vừa muốn tự do, vượt thoát mọi ngục tù, vừa ôm giữ cái nhìn mỹ lệ hóa căn nhà ngục mình đang bị giam hãm. Cái nghịch lý sâu thẳm đó dẫn đến những cuộc phiêu lưu mỹ học oái oăm: dấn thân vào ngục tối để tìm tự do, phơi bày quyền lực hủy hoại ngôn ngữ của thời gian để cứu vớt ngôn từ, chối bỏ ngôn ngữ để đi tìm lại ngôn ngữ.

Cái luẩn quẩn hôn phối giữa tự do và nô lệ, giữa lời nói và im lặng, giữa minh triết và mật ngôn ấy, chính là cái vòng xoáy mãnh liệt của tâm thức quanh cái lỗ đen hư vô, nó cuốn tất cả mọi hình tướng, mọi ngôn từ trong cơn xoáy tâm linh sâu thẳm, tạo nên trong nhà thơ một thứ stress thơ ca. Cái stress độc đáo và mãnh liệt ấy là cội nguồn của một thi hứng, một giọng điệu đặc biệt có một không hai: giọng độc thoại, nhấm nhẳng, cà khịa, bất cần pha chút nổi khùng bất chợt.

Khế Iêm không mê đắm trong cuộc luân vũ ngôn ngữ kiểu Bùi Giáng, cũng không tỉnh táo trong trò Rubích ngôn ngữ kiểu Lê Đạt, mà hục hặc cà khịa với ngôn ngữ, loay hoay chối bỏ ngôn ngữ trong tư thế một thiền sư đã mấp mé ở ngưỡng cửa của đạt đạo mà vẫn luyến tiếc cõi tục lụy với đống ngôn từ đã rữa bởi những cảm quan hư vô. Phong cách của Khế Iêm là cái giọng lầm bầm của nhà triết học, tự cãi cọ với mình, nói những lời tối tăm không đầu không cuối, làm những động tác kỳ dị dập xóa tư duy, vừa phản ứng với những diễn biến trong thế giới lại vừa mê muội trong dòng suy tưởng của bản thân, vừa nhắc nhở mình những kế hoạch sống, vừa than thở với mình những thất bại, hoang mang, vừa reo vui hồn nhiên như trẻ thơ trước những tia chớp loé lên ở chân trời cõi Đẹp. Một cốt cách nửa người điên, nửa thiền sư.

Nếu như Lê Đạt makeup cho ngôn ngữ, thì Khế Iêm ngược lại luôn bêu riếu ngôn ngữ, trêu chọc ngữ pháp, đùa giỡn cà khịa với thói quen cú pháp: bẻ gẫy từ ngữ, xuống dòng bất chợt, giãn dòng đột xuất ném ra những khoảng trống trêu ngươi như đào những ổ gà trên đường đi của ta. Những câu nhát gừng, lửng lơ, ấp úng, bí hiểm và những khoảng trống bất chợt nằm chắn giữa câu thơ, chính là sự hiện diện của hư vô và lặng im xuyên qua ngôn ngữ. Hư vô không chỉ thẩm thấu vào trong tư duy, cú pháp mà còn kê ngai vàng chễm chệ giữa đường đi của dòng ngôn ngữ để ta phải nhìn nhận nó, vượt qua nó. Hư vô can dự vào tồn tại, lặng im can dự vào lời, hình thức đan xen ấy chính là sự tìm tòi từ cái nhìn triết học về sự cộng sinh giữa hùng biện và câm nín, thực chất là sự lưỡng lự của thi nhân giữa thái độ chối bỏ ngôn ngữ và thái độ tôn vinh ngôn ngữ như một chất liệu thơ được triết học tái sinh. Ngôn ngữ thơ Khế Iêm như nữ tù nhân đăng quang ngôi hoa hậu trong cuộc thi người đẹp trong tù, bước lên nhận vương miện còn đeo những trang sức bằng xiềng xích, vừa nghẹn ngào vì ý thức được thân phận của kẻ mất tự do, vừa kiêu hãnh vì những vinh quang đã có trong *Ngục Biếc*.

Thơ Khế Iêm luôn có lối nói nhát gừng, cấm cẳn, lẩn thẩn, lảm nhảm pha chút ngơ ngác và cáu bẳn. Dường như, thi pháp của ông luôn tạo ra bức mành mành ngôn ngữ vừa như muốn che đi cái mạch ngầm suy tư, cái vật thiêng đích thực "kiến tạo im lặng", vừa như để lộ ra cái thấp thoáng của dòng tâm tưởng sau những mảng lời rời rạc, vô nghĩa và bất trắc. Nhà thơ cố tình làm cho ngôn ngữ trở nên lẩm cẩm, ú ớ, như muốn trêu tức ta. Thực chất là thái độ thù ghét ngôn ngữ của nhà triết học đã bộc lộ ra trong lối tu từ cà khịa và cáu bẳn của nhà thơ và cái tâm thế của kẻ sống trong đời mà ngưỡng vọng với vô ngôn, càng bồng bềnh như con đò chở đầy lời nói:

ngậm trắng một đò lời
với gió

Lời trong thơ Khế Iêm cũng y như con đò trôi dạt, xoay đảo, không có đích đến, đôi khi mắc cạn trong những khúc quanh lởm chởm của từ ngữ và hang hốc bế tắc. Thơ Khế Iêm phơi ra những ổ gà ngôn ngữ, những hang hốc tư duy, những què quặt ngữ pháp cũng giống như trong những khuôn hình của phim Xích Lô mà đạo diễn Trần Anh Hùng cố tình phơi ra những dây dợ lằng nhằng cột điện, rào sắt lởm chởm mà thường các nhà quay phim khác tránh né. Nó tạo dựng một hình ảnh nham nhở, rách rưới, gân guốc. Ngôn ngữ trong thơ Khế Iêm trở thành chất liệu tạo hình, nhà thơ đục đẽo chữ, bẻ gẫy câu, để tạo nên một thứ tượng gỗ của tâm thế, của Nàng thơ, cái chất liệu và cái dáng vẻ tranh chấp nhau trong từng bài thơ. Ngôn ngữ là một thứ chất liệu chết, như mẩu thạch cao rơi ra dưới tay người tạc tượng:

(và không ai nói với ai)
về con âm mở hổng cửa kéo
từng con chữ rơi

ra môi và răng
Rơi ra

Tiếng nói thực chất là một xác chết:

Tưởng rằng tiếng nói như xác ve
Cánh chim chết giấc trên non đá
Có biết trầm luân. Chỗ cát xoá
Bến Sương

Từ ngôn ngữ tự trào đến ngôn ngữ tự hủy

Phần đầu tập Dấu Quê, ngôn ngữ mới chỉ bị hoài nghi, trêu chọc và giễu cợt. Những ý tưởng Thiền hiện diện qua một ngôn ngữ còn toàn vẹn ngữ pháp, lật tẩy những cảm hứng gắn liền với một "Vũ trụ ngôn ngữ đặc trị" (Artaud). Đó là thứ thi pháp của ngôn ngữ cổ điển tự giễu mình, một thứ ngữ pháp đầy mặc cảm. Đến cuối tập "Dấu Quê", với *Ngục Biếc,* ngôn ngữ thơ Khế Iêm đã nhảy vọt từ tư cách vật tải ý tưởng Thiền tới tư cách vật mang tâm thức Thiền. Đó là cú nhảy tự vẫn của ngôn ngữ đặc trị, nó tự hủy một cách từ tốn, nghiêm trang, đầy thi vị. Từ ngôn ngữ tự trào đến ngôn ngữ tự hủy là một bước nhảy vọt về thi pháp, nhờ đó nhà thơ giã từ vũ trụ ngôn ngữ cổ điển, ngôn ngữ đặc trị – với bộ complet ngữ pháp cố tình gài lệch khuy áo cho xộc xệch – để đạt tới cõi vô ngôn, cõi tĩnh mịch của Thiền sư, cõi rợn ngợp, chói chang ánh sáng của minh triết. Trong *Ngục Biếc,* cũng như trong một vài bài thơ có dạng thức kịch của Khế Iêm, ta thấy có một hiệu ứng thơ ca đặc biệt: nhân vật nói mà như không nói, nhiều khi nói để mà không nói, đối thoại mà như độc thoại, lên tiếng càng nhiều thì càng trở nên câm nín. Mỗi câu nói, mỗi lời hỏi đều như lìa khỏi nhau, như cô đơn tuyệt đối, và chất thơ đặc biệt toát ra từ cái bơ vơ, bối rối, hoang mang, ngớ ngẩn, vu vơ chẳng đâu vào đâu ấy của ngôn ngữ và kẻ mang ngôn ngữ. Cái không đâu vào đâu của thứ ngôn ngữ nửa đối thoại nửa độc thoại trong *Ngục Biếc,* có một sắc thái thi vị đặc biệt vừa nhuốm màu hiện sinh, phi lý, vừa có cái run rẩy ngơ ngác của thân phận. Những bài thơ kịch như dạng *Ngục Biếc* của Khế Iêm giống như mớ ngôn ngữ hỗn độn, đang chới với cố chống lại sự lìa tan, cố bám vào những bờ mong manh của trật tự ngữ pháp cổ điển, của khát vọng đối thoại, giao lưu. Và chất thơ toát lên giống như tiếng rền rỉ, nhớn nhác, rối ren của kiếp người, của chúng sinh. Càng nói càng không hiểu nhau, càng ngờ vực nhau – thảm cảnh ấy của nhân loại được Khế Iêm tái hiện sinh động trong *Ngục Biếc,* gợi lên một thảm trạng đầy lo âu và cô đơn. Có thể nói, *Ngục Biếc,* là chặng thứ hai của quá trình ngôn ngữ tự hủy trong thơ Khế Iêm. Ngôn ngữ tự hủy cũng chính là bản thể tự hủy.

Tất cả cái ý nghĩa cổ điển, cái sắc thái thường hằng của ngôn ngữ đã trở nên đứt gẫy, và sự hiện diện của nó trong những chuỗi ký tự còn rên rỉ âm thanh kia chỉ là sự đùa cợt của thời gian, và ngôn ngữ cũng chỉ còn là một con rối lăng xăng. Tính hài của giai đoạn trước đã chuyển thành tính bi, sự đùa cợt ngôn ngữ đã biến thành sự lưu đày ngôn ngữ, vào nơi chốn vừa tự do vừa phi lịch sử.

Đến giai đoạn thứ ba với những bài thơ "T.V. Ký", "Bài Thơ Đi Tìm Bài Thơ", "Đọc Chinh Phụ Ngâm"... thì ngôn ngữ đã trở nên những xác chết dưới chân thời gian. Nhìn vào bài thơ, ta thấy hiện lên lù lù dấu ấn của thời gian: ở "T.V Ký" là quyền uy của khoảnh khắc, ở "Bài Thơ Đi Tìm Bài Thơ" là sự ú tim giữa khoảnh khắc và vĩnh cửu, ở "Đọc Chinh Phụ Ngâm" là quyền uy của vĩnh cửu. Ngôn ngữ đã chết, nó trở thành một thành viên của ký ức, một thì quá khứ của thơ ca. Thơ Khế Iêm ở giai đoạn thứ ba chính là đám tang của ngôn ngữ, ở đó, những mẫu ngữ pháp cổ điển còn hiện diện chỉ là những mảnh hài cốt đầy bi thương, chứng tích của lịch sử. Những mệnh đề mang nghĩa rời rạc chỉ là sự dãy giụa vô vọng của ngôn ngữ trên đường rơi vào vực thẳm lãng quên.

Vậy là, hành trình thơ Khế Iêm qua ba giai đoạn: từ sự đùa giỡn của khoảnh khắc với ngôn ngữ giai đoạn đầu, qua sự xâm hại của vĩnh cửu vào ngôn ngữ giai đoạn "Ngục biếc", tới sự toàn thắng của thời gian với ngôn ngữ ở giai đoạn những bài thơ có tính tạo hình hiện nay – đó chính là hành trình nằm trong logic tăng kiến của tâm thức thiền và thi pháp hậu hiện đại với cảm hứng suy tư có tính thời đại về những vấn đề ngôn ngữ trải dài trong thế kỷ, qua những chiêm nghiệm suy tưởng của Heidegger, Hölderlin, Wittgenstein và Lacan. Đó là dòng thi hứng chảy xiết giữa đôi bờ ngôn ngữ và thời gian, khoảnh khắc và vĩnh cửu, trật tự và hỗn độn, lịch sử và tự do, suy lý và minh triết. Đó cũng là những đoá hoa nở từ cái bắt tay của hiện tượng luận và thiền học, tôn giáo và triết học, văn hoá phương Đông và văn hoá Phương Tây. Nếu với phương Tây "khởi thủy là Lời, bản thể của Chúa với vĩnh cửu và hư vô gói trọn trong lời Chúa, thì với phương Đông nỗi ám ảnh thời gian là thẳm sâu và thường trực. Và như vậy, hành trình thơ Khế Iêm với sự đan xen, luân phiên và chuyển hoá của những khắc khoải về thời gian và ngôn ngữ cũng chính là hành trình về nguồn tâm linh. Quá trình thi sỹ tự vẫy vùng giải thoát khỏi "ngục biếc" của ngôn ngữ cũng là quá trình tìm kiếm và tái tạo những "dấu quê".

Nếu không nhìn nhận thơ Khế Iêm trong cả hành trình, thì không thể nhìn ra cái định hướng về nguồn đó, vì, nếu xét về hình thức thuần túy thì những bài thơ có tính hội họa đã có nhiều trong thơ hậu hiện đại Mỹ và phương Tây. Xem xét cái logic tương tác giữa ám ảnh thời gian và ngôn ngữ trong thơ Khế Iêm chính là giải mã các biến thiên về cảm thức và thi pháp. Theo logic đó, ta có thể tiên tri về một chặng tới của thơ anh. Phải chăng, đó sẽ là chặng phục sinh của ngôn ngữ trong một cảm hứng "hồi xuân" như bất kỳ ai đã qua tuổi "thanh xuân"?

Chúng ta chờ đợi sự kiểm chứng với logic ấy trong những sáng tác mới của Khế Iêm.